अ.भा.
मराठी
साहित्य
संमेलने :
दृष्टीक्षेप

दिलीपराज प्रकाशन प्रा. लि.™

२५१ क, शनिवार पेठ, पुणे - ४११०३०.

दिलीपराज प्रकाशनाची सर्व पुस्तके आता आपण **Online** खरेदी करू शकता.

आमच्या **Website** ला कृपया एकदा अवश्य भेट द्या. अथवा **Email** करा.

Email - diliprajprakashan@yahoo. in

www. diliprajprakashan. in

अ.भा. मराठी साहित्य संमेलने : दृष्टीक्षेप

मधुकर वडोदे

दिलीपराज प्रकाशन प्रा. लि.™

२५१ क, शनिवार पेठ, पुणे -४११०३०

अ. भा. मराठी साहित्य संमेलने : दृष्टिक्षेप
A. Bha. Marathi Sahitya Sammelane : Drushtikshep

ISBN : 978 - 93 - 5117 - 078 - 5

प्रकाशक । राजीव दत्तात्रय बर्वे । मॅनेजिंग डायरेक्टर
दिलीपराज प्रकाशन प्रा. लि.
२५१ क, शनिवार पेठ, पुणे ४११०३०.
दूरध्वनी क्रमांक (फॅक्ससहित)
२४४७१७२३ । २४४८३९९५ । २४४९५३१४

मुद्रक ।
Repro India Ltd,
Mumbai.

प्रथमावृत्ती । १५ ऑक्टोबर २०१५

प्रकाशन क्रमांक । २२१७

अक्षरजुळणी । सौ. मधुमिता राजीव बर्वे
पितृछाया मुद्रणालय
९०९, रविवार पेठ
पुणे ४११००२.

मुद्रितशोधन । एस. एम. जोशी

मुखपृष्ठ । शिरीष घाटे

चार दशकांपेक्षाही अधिक काळ सामाजिक कार्यात
जीवन समर्पित करणारे, जीवनमूल्यांची जोपासना
करत असलेले व शेतकरी, शेतमजुरांच्या प्रश्नांना
वाचा फोडून नि:स्वार्थीपणे मार्गदर्शन करणारे
माझे प्रेरणास्थान, 'उत्कृष्ट संसदपटू' पुरस्कारप्राप्त,
'कार्यक्षम आमदार'

मा. आ. पांडुरंगजी उपाख्य भाऊसाहेब फुंडकर
(माजी विरोधी पक्षनेते, विधान परिषद, मुंबई)
यांना...

प्रस्तावना

प्रा. मधुकर वडोदे हे विदर्भातील एक प्रथितयश कवी, ललित लेखक, कथालेखक, तसेच वैचारिक लेखन करणारे म्हणून परिचित आहेत. ते पुंडलिक महाराज महाविद्यालय, नांदुरा येथे कार्यरत आहेत. शब्दांच्या दुनियेत श्री. वडोदे एवढे गुंतले की, आता त्यांना पुन:-पुन्हा शब्दांत गुंतल्याशिवाय चैनच पडत नाही. कारण ते एक संवेदनशील मनाचे, हाडाचे शिक्षक आहेत. हा माणूस जसा वास्तवात आहे, तसा तो साहित्यातही आहे, हे त्यांच्याशी बोलल्यावर किंवा त्यांचे साहित्य वाचल्यावर लक्षात येते. सामाजिक विषयाला भिडणे आणि तो विषय सातत्याने मांडणे हे त्यांचे वैशिष्ट्य आहे. वृत्तपत्रांच्या दर्जेदार साप्ताहिक पुरवण्या व दिवाळी अंकांतून त्यांचे लिखाण सातत्याने प्रसिद्ध होत असते. एक वैचारिक बैठक असलेले त्यांचे लिखाण याआधी त्यांच्या 'मुक्ता' या निबंधसंग्रहातून व 'उरला पाऊस आठवणींचा' या कवितासंग्रहातून रसिक वाचकांनी वाखाणले आहे. 'शेतकरी' हा स्वतंत्र विषय घेऊन त्याची सुख-दु:खे अभंगशैलीतून व्यक्त करणारा 'आसवांत भिजलेलं रान' हा काव्यसंग्रह त्यांच्या कसदार लिखाणाची साक्ष ठरला. त्यांच्या सामाजिक आशयाच्या लेखांचे हस्तलिखित नुकतेच माझ्या वाचनात आले. हा त्यांचा लेखांचा संग्रह वाचत असताना आपण त्यात एवढे गुंतून जातो की, आपण या माणसाच्या प्रेमात कधी पडतो, हे लक्षातही येत नाही. त्यामुळे हा लेखसंग्रह एकदा हाती पडला की, तो पहिल्या लेखापासून शेवटच्या लेखापर्यंत वाचल्याशिवाय हातावेगळा करवत नाही. सामाजिक आशयाचे लेख यात अंतर्भूत आहेत.

या ज्वलंत सामाजिक वास्तवाला भिडताना या लेखकाने केवळ त्या समस्यांचा ऊहापोहच केला असे नव्हे, तर त्यांवर उपाययोजनाही सुचविलेली आहे. त्या दृष्टीने हे सर्व लेख समाजप्रबोधनात्मक मूल्य असलेले आहेत, असे मला वाटते. हा खरे तर एका संवेदनशील मनाचा आविष्कार आहे. लेखकाच्या भावभावना या खरे तर

सामान्य माणसांच्याच भावना आहेत. त्या भावना आणि संवेदना त्यांनी मोजक्या शब्दांत व्यक्त करण्याचा प्रयत्न केलेला आहे. त्यांच्या मनात उमटलेले त्यासंबंधीचे आकार त्यांनी शब्दबद्ध केले आहेत. हे आकार जरी लेखकाने आपल्या जाणिवेतून शब्दबद्ध केले असले, तरी ते अनेकांच्या मनाचे प्रतिबिंब आहे, हे सतत जाणवत राहते.

'मराठी भाषेच्या अभिवृद्धीसाठी साहित्य संमेलनाची आवश्यकता आहे काय?' हा नेहमीच चर्चेला येणारा मुद्दा लेखकाने विस्ताराने मांडला आहे. इ.स. १८७८ पासून त्यांनी अखिल भारतीय साहित्य संमेलनांचा वृत्तांत संमेलनाध्यक्षांच्या त्रोटक परिचयासह व त्यांच्या भाषणांचा गोषवाऱ्यासह देण्याचा प्रयत्न केला आहे. साहित्य हे समाजाचे प्रतिबिंब असते. समाजमनाची आंदोलने साहित्यात दिसत असतात आणि समाजाचे सारथ्य करणे हे साहित्याचे प्रथम उद्दिष्ट असते. साहित्य संमेलनातून यावर निश्चितच प्रकाश टाकला जातो. आपल्या भाषेचे व बोलीभाषेचे अस्तित्व टिकवून ठेवण्यास व भाषेची अभिवृद्धी करण्यास ही साहित्य संमेलने उपयोगी ठरतात, म्हणून त्यांची आवश्यकता लेखक प्रतिपादित करतो. या मताशी मी सहमत आहे.

शिवाजी शिक्षण संस्थेसारख्या नामवंत संस्थेत त्यांची अनेक वर्षे सेवा झाली. शिक्षण हा मानवाचा तिसरा डोळा आहे, या गोष्टीला आपण मान्यता दिली आहे. शिक्षण म्हणजे विद्यादान. यासारखे पवित्र दान कुठलेही नाही, हे आपण जाणतो. प्रा. मधुकर वडोदे यांनी हा विद्यादानाचा वसा घेतला आणि हे पवित्र कार्य त्यांच्या जीवनाचे अभिन्न अंग बनले. आपल्या कर्तव्यात प्रामाणिक राहणे, हेच त्यांनी स्वतःचे ब्रीद मानले.

प्रा. वडोदे यांनी जन्मशताब्दीनिमित्त साहित्यिकांची व त्यांच्या साहित्याविषयीची साध्या-सरळ-सोप्या भाषेतील दिलेली माहिती सर्वांच्या दृष्टीने अत्यंत महत्त्वाची असल्याने ही लेखमाला लेखणीच्या समर्थ आविष्काराने आपला ठसा उमटवत असल्याने आणि असे म्हणावे वाटते की, ह्या साहित्यरूपी फुलांचा सुगंध अजूनही दरवळतो आणि तो दरवळतच राहणार, हेही तेवढेच खरे...!

– सदानंद सिनगारे
खामगाव

मनोगत

मराठी भाषेच्या विकासासाठी तसेच सर्वांगीण उन्नतीसाठी अखिल भारतीय साहित्य संमेलनाची सुरुवात केल्याचे प्रयोजन असूनही नेहमी ऐरणीवरचा मुद्दा म्हणजे मराठी भाषेकरिता खरंच ही संमेलने उपयुक्त आहेत का? दुसरा प्रश्न असतो तो असा की, त्यासाठी अशा स्वरूपात साहित्य संमेलन भरविण्याची गरज आहे का? हे विषय नेहमी सातत्याने चर्चेला येतात. मलाही वाटले की, खरंच हे बरोबर आहे का? त्यासाठी सन १८७८ पासून ते आजपर्यंतच्या साहित्य संमेलनांत मराठी भाषेच्या समृद्धीकरिता कितपत प्रयत्न केले जातात, हे जाणून घेण्याच्या उद्देशाने आतापर्यंतच्या साहित्य संमेलनाध्यक्षांच्या भाषणांचा वर्तमानपत्रांतील गोषवारा वाचून असे लक्षात आले की, मराठी भाषेच्या विकासासाठी व तिच्या सर्वांगीण वाङ्मयीन उन्नतीसाठी खरोखर सुरुवात झालेली आहे. सामाजिक, सांस्कृतिक, शैक्षणिक, राजकीय या क्षेत्रांत मराठी भाषेतील साहित्याचा जनमानसाच्या समृद्धीकरिता व राष्ट्र उभारणीसाठी उपयोग होत असल्याने संमेलनाध्यक्षांच्या अल्प परिचयासहित त्यांनी मांडलेले प्रमुख मुद्दे व त्यांची साहित्यसंपदाही अभ्यासू वाचकांना माहीत व्हावी एवढाच प्रमाणिक हेतू ठेवून साध्या, सरळ सोप्या भाषेत संमेलनांचा लेखाजोखा मांडण्याचा प्रयत्न केलेला आहे. त्याकरता दै. लोकसत्तामधील 'संमेलन अध्यक्षांचा परिचय' याचा संदर्भ घेतला आहे. तसेच 'लोकराज्य'च्या जाने.-फेब्रु. १०१२ च्या साहित्य संमेलन विशेषांकात दिलेली भाषणे यांचा समावेश केला आहे. एकंदरीत ह्या साहित्य संमेलनाच्या माध्यमातून मराठी भाषेचे भावविश्व, तसेच मानवी जीवनातील विविध पैलूंचं यथार्थ चिंतन होऊन अज्ञानाचा नायनाट करीत परिवर्तनाचा अर्थ स्पष्ट करणारं व सर्वस्पर्शी जाणिवेचा परामर्श घेणारं साहित्य प्रगट झाल्याचं निदर्शनास आलं. हे सर्व शक्य झालं, कारण ही सर्व माहिती उपलब्ध करून दिली ती 'लोकराज्य'च्या संपादकांनी व दै. लोकसत्ताच्या संपादकांनी; म्हणून मी त्यांचा आभारी आहे. तसेच या विषयनिवडीसंदर्भात व ते योग्य पद्धतीने मांडल्याबद्दल 'मुक्तछंद' या दिवाळी विशेषांकाचे संपादक प्रा. सतीश देशमुख वेणीकोठीकर सर

यांनी प्रोत्साहित करून सन २०१०, २०११ व २०१२ च्या दिवाळी विशेषांकामध्ये सलग एक-एक भाग प्रकाशित केला. त्यांच्या या प्रोत्साहनामुळेच हे काम मला पूर्ण करता आलं. एवढंच नाही, तर लिखाणात सातत्यही ठेवता आलं. त्याबद्दल प्रा. सतीश देशमुख यांचेही आभार व्यक्त करतो.

सन २००९-१० या वर्षात जवळपास पस्तीस साहित्यिकांची जन्मशताब्दी. या कर्तृत्वसंपन्न साहित्यिकांचे स्मरण होणे गरजेचे आहे. अशा ह्या साहित्यिकांचा जीवनपरिचय व साहित्याविषयीची परिचयात्मक माहिती 'ललित' दिवाळी अंक २००९ मध्ये वाचण्यात आली. परंतु नंतर मात्र कुठलेही वर्तमानपत्र, मासिक, साप्ताहिक वा अन्य प्रसारमाध्यमात ती माहिती प्रसारित झाली नाही. झालीही असेल, तर माझ्या ती वाचनात नाही. म्हणूनच माझ्या मनात एक प्रश्न आला. तो असा की, आपण आपल्या शब्दांत या वाचलेल्या माहितीच्या आधारे ह्या कर्तृत्वसंपन्न साहित्यिकांचे कृतज्ञतापूर्वक स्मरण करून त्यांच्यापासून प्रेरणा घेऊ आणि इतर वाचकांनीसुद्धा प्रेरणा घ्यावी, यासाठी ती त्यांच्यासमोर मांडावी. ह्या प्रबळ इच्छाशक्तीच्या बळावर संपादित केलेली माहिती साध्या-सरळ- सोप्या भाषेत 'अजूनही येतो सुगंध फुलांचा' या शीर्षकांर्तगत मांडण्याचा प्रयत्न केला.

सर्वप्रथम 'ललित' दिवाळी अंक-२००९ या अंकातील 'आजही तुमची आठवण येते! संपादन : विलास खोले' आणि या सर्व मूळ लेखकांचे आभार व्यक्त करणे मी माझे आद्य कर्तव्य समजतो. कारण ह्यांच्यामुळेच मला एवढं लिहिता आलं, ही माझी प्रांजळ भावना. दै. देशोन्नतीच्या 'साहित्य स्पंदन' ह्या विशेष पुरवणीतून प्रकाशित झाल्यामुळे राज्यभरातून ह्या लेखमालेचे स्वागत झाले. अगदी शेवटच्या वाचकाकडून फोनद्वारे कौतुक झालं. खरं तर ह्या कौतुकाचे धनी दै. देशोन्नतीचे संपादक मा. प्रकाशजी पोहरे तसेच 'साहित्य स्पंदन' पुरवणीच्या संयोजिका सौ. प्राची पाठक होत, कारण त्यांचेच हे श्रेय. म्हणूनच त्यांचासुद्धा मी आभारी आहे. यापुढेही मला त्यांच्याकडून असंच सहकार्य लाभेल, हीच अपेक्षा करतो.

वडिलांचा सदैव असलेला आशीर्वाद व दिवसाला चार शब्द लिहिण्याची ऊर्जा देणारी पत्नी कविता, वेळोवेळी सहकार्य करणारे व योग्य मार्गदर्शन करणारे पितृतुल्य ज्येष्ठ साहित्यिक मा. सदानंद सिनगारे या सर्वांच्या सहकार्यामुळे लेख-संग्रहाला मूर्तस्वरूप देणे शक्य झाले. म्हणूनच हा 'अ.भा. मराठी साहित्यसंमेलने : दृष्टिक्षेप' लेखसंग्रह तयार झाला. तो दर्जेदार प्रकाशकाकडून प्रकाशित व्हावा, अशी आंतरिक इच्छा असल्याने जवळजवळ एक वर्ष वाट पाहिली. शेवटी दर्जेदार, वाचनीय ग्रंथ देण्याची परंपरा असलेले 'दिलीपराज प्रकाशन'चे मा. श्री. राजीवजी बर्वे

यांनी 'अ.भा. मराठी साहित्य संमेलने : दृष्टिक्षेप' प्रकाशित करून साहित्याला न्याय मिळवून दिला. या आधी 'आसवात भिजलेलं रान' हा काव्यसंग्रहसुद्धा 'दिलीपराज प्रकाशन'ने प्रकाशित केल्यामुळे माझं साहित्यक्षेत्रात कौतुक केलं गेलं. ही माझ्यासाठी खूप मोठी गोष्ट ठरली. म्हणूनच हा लेखसंग्रह प्रकाशित करण्यासंबंधी त्यांच्याशी झालेल्या बोलण्यानुसार त्यांना वाचायला दिला. तो त्यांच्या प्रकाशनाच्या दृष्टीने कसोटीला उतरला. माझ्याकरिता सर्वांत मोठी आनंदाची बाब म्हणजे, ज्येष्ठ साहित्यिक मा. आदरणीय शंकरजी सारडा यांनी याबद्दल मत प्रगट केले की, "हे दोन्ही लेख वाङ्मयविषयक असून ते वाचकांच्या दृष्टीने अत्यंत उपयुक्त ठरतील." त्याबद्दल मी त्यांचे आभार व्यक्त न करता त्यांच्या ऋणातच राहणे अधिक पसंत करतो. 'दिलीपराज प्रकाशन'चे मा. श्री. राजीवजी बर्वे यांनी लेखसंग्रहाच्या प्रकाशनाची तयारी दाखविली, तसेच अत्यंत कमी कालावधीत सुंदर व सुबक छपाई करून वाचकांपर्यंत पोहोचविण्याचे महत्त्वपूर्ण कार्य त्यांच्यामुळे पूर्णत्वास आले. त्याबद्दल मी त्यांचे मन:पूर्वक आभार व्यक्त करतो.

प्रसिद्ध ललित लेखक, कादंबरीकार, कवी, आदरणीय सदानंद सिनगारे यांनी माझ्या पहिल्या काव्यसंग्रहास लाखमोलाचा अभिप्राय दिला होता आणि आज ह्या लेखसंग्रहाला त्यांनी अभ्यासपूर्ण प्रस्तावना दिली, याबद्दल मी त्यांचेसुद्धा आभार मानतो.

या लेखसंग्रहातील लेख बारकाईने वाचन करून त्याला साजेसे व लेखांमधील विचार व्यक्त होणारे बोलके मुखपृष्ठ प्रसिद्ध चित्रकार मा. श्री. शिरीष घाटे यांनी दिले, त्याबद्दल मी त्यांचाही आभारी आहे.

वर्तमान व भूतकाळाचा अनुबंध साधण्याचा केलेला प्रयत्न म्हणजे 'अ.भा. मराठी साहित्य संमेलने : दृष्टिक्षेप' हा लेखसंग्रह भविष्याच्या दृष्टीने योग्य की अयोग्य यासंदर्भाचा निर्णय सृजन रसिकच ठरविणार, एवढे मात्र सत्य.

– प्रा. मधुकर वडोदे

अखिल भारतीय मराठी साहित्य संमेलन

क्रमांक	वर्ष	स्थळ	अध्यक्ष
१	१८७८	पुणे	न्या. महादेव गोविंद रानडे
२	१८८५	पुणे	कृष्णशास्त्री राजवाडे
३	१९०५	सातारा	रघुनाथ पांडुरंग करंदीकर
४	१९०६	पुणे	गोविंद वासुदेव कानिटकर
५	१९०७	पुणे	वि. मो. महाजनी
६	१९०८	पुणे	चिं. वि. वैद्य
७	१९०९	बडोदे	कान्होबा रणछोडदास कीर्तिकर
८	१९१२	अकोला	हरी नारायण आपटे
९	१९१५	मुंबई	सर गंगाधरराव पटवर्धन
१०	१९१७	इंदूर	गणेश जनार्दन आगाशे
११	१९२१	बडोदे	न. चिं. केळकर
१२	१९२६	मुंबई	माधवराव विनायक किबे
१३	१९२७	पुणे	श्रीपाद कृष्ण कोल्हटकर
१४	१९२८	ग्वाल्हेर	माधव श्रीहरी अणे
१५	१९२९	बेळगाव	शिवराम महादेव परांजपे
१६	१९३०	मडगाव	वामन मल्हार जोशी
१७	१९३१	हैदराबाद	डॉ. श्रीधर व्यंकटेश केतकर
१८	१९३२	कोल्हापूर	महाराज सयाजीराव गायकवाड
१९	१९३३	नागपूर	कृष्णाजी प्रभाकर खाडिलकर
२०	१९३४	बडोदे	ना. गो. चापेकर
२१	१९३५	इंदूर	अधिपती बाळासाहेब पंतप्रतिनिधी
२२	१९३६	जळगाव	माधव पटवर्धन
२३	१९३८	मुंबई	विनायक दामोदर सावरकर
२४	१९३९	अहमदनगर	दत्तो वामन पोतदार
२५	१९४०	रत्नागिरी	ना. सी. फडके
२६	१९४१	सोलापूर	वि. स. खांडेकर
२७	१९४२	नाशिक	आचार्य प्रल्हाद केशव अत्रे
२८	१९४३	सांगली	प्रा. श्री. म. माटे

२९	१९४४	धुळे	भा. वि. तथा मामा वरेरकर
३०	१९४६	बेळगाव	गजानन माडखोलकर
३१	१९४७	हैदराबाद	प्रा. न. र. फाटक
३२	१९४९	पुणे	आचार्य शं. द. जावडेकर
३३	१९५०	मुंबई	य. दि. पेंढारकर
३४	१९५१	कारवार	प्रा. अनंत काकबा प्रियोळकर
३५	१९५२	अमळनेर	प्रा. कृ. पां. कुलकर्णी
३६	१९५३	अहमदाबाद	वि. द. घाटे
३७	१९५४	दिल्ली	तर्कतीर्थ लक्ष्मणशास्त्री जोशी
३८	१९५५	पंढरपूर	डॉ. शं. दा. पेंडसे
३९	१९५७	औरंगाबाद	प्रा. अनंत काणेकर
४०	१९५८	मालवण	आत्माराम रावजी देशपांडे तथा कवी 'अनिल'
४१	१९५९	मिरज	प्रा. श्री. के. क्षीरसागर
४२	१९६०	ठाणे	प्रा. रा. श्री. जोग
४३	१९६१	ग्वाल्हेर	कुसुमावती देशपांडे
४४	१९६२	सातारा	न. वि. गाडगीळ
४५	१९६४	मडगाव	वि. वा. शिरवाडकर तथा 'कुसुमाग्रज'
४६	१९६५	हैदराबाद	प्रा. वा. ल. कुलकर्णी
४७	१९६७	भोपाळ	डॉ. वि. भि. कोलते
४८	१९६९	वर्धा	पु. शि. रेगे
४९	१९७३	यवतमाळ	ग. दि. माडगूळकर
५०	१९७४	इचलकरंजी	पु. ल. देशपांडे
५१	१९७५	कऱ्हाड	दुर्गा भागवत
५२	१९७७	पुणे	पु. भा. भावे
५३	१९७९	चंद्रपूर	वामनराव चोरघडे
५४	१९८०	बार्शी	प्रा. गं. बा. सरदार
५५	१९८१ फेब्रु.	अकोला	गो. नी. दांडेकर
५६	१९८१ डिसें.	रायपूर	प्रा. गंगाधर गाडगीळ
५७	१९८३	अंबाजोगाई	व्यंकटेश माडगूळकर

५८	१९८४	जळगाव	शंकरराव खरात
५९	१९८५	नांदेड	शंकर पाटील
६०	१९८६	मुंबई	विश्राम बेडेकर
६१	१९८८	ठाणे	वसंत कानेटकर
६२	१९८९	अमरावती	प्रा. के. ज. पुरोहित तथा 'शांताराम'
६३	१९९० (जाने.)	पुणे	प्रा. यु. म. पठाण
६४	१९९० (डिसें.)	रत्नागिरी	मधु मंगेश कर्णिक
६५	१९९२	कोल्हापूर	रमेश मंत्री
६६	१९९३	सातारा	विद्याधर गोखले
६७	१९९४	पणजी	प्रा. राम शेवाळकर
६८	१९९५	परभणी	नारायण सुर्वे
६९	१९९६	आळंदी	शांता शेळके
७०	१९९७	अहमदनगर	ना. सं. इनामदार
७१	१९९८	परळी वैजनाथ	द. मा. मिरासदार
७२	१९९९	मुंबई	वसंत बापट
७३	२०००	बेळगाव	डॉ. य. दि. फडके
७४	२००१	इंदूर	डॉ. विजया राजाध्यक्ष
७५	२००२	पुणे	राजेंद्र बनहट्टी
७६	२००३	कऱ्हाड	डॉ. सुभाष भेंडे
७७	२००४	औरंगाबाद	प्रा. रा. ग. जाधव
७८	२००५	नाशिक	प्रा. केशव मेश्राम
७९	२००६	सोलापूर	मारुती चितमपल्ली
८०	२००७	नागपूर	अरुण साधू
८१	२००८	सांगली	म. द. हातकणंगलेकर
८२	२००९	महाबळेश्वर	आनंद यादव
८३	२०१०	पुणे	द. भि. कुलकर्णी
८४	२०१० (डिसें)	ठाणे	उत्तम कांबळे
८५	२०१२	चंद्रपूर	वसंत आबाजी डहाके
८६	२०१३	चिपळूण	नागनाथ कोत्तापल्ले
८७	२०१४	सासवड	फ. मुं. शिंदे

मराठी भाषेच्या अभिवृद्धीसाठी अ. भा. मराठी साहित्य संमेलने गरजेची आहेत काय?

मराठी भाषेच्या विकासासाठी व राजमान्यतेबरोबर सर्वांगीण वाङ्मयीन उन्नतीसाठी अखिल भारतीय मराठी साहित्य संमेलनाची सुरुवात केल्याचे प्रयोजन विविधांगी असून सामाजिक, सांस्कृतिक, शैक्षणिक, राजकीय या क्षेत्रांत एक महत्त्वाची भाषा म्हणून मराठी भाषेचे महत्त्व आहे. म्हणूनच मराठी भाषेतील साहित्यलेखन महत्त्वाचे ठरते. हे दर्जेदार साहित्य केवळ साहित्यिकांपुरतेच मर्यादित न राहता त्या साहित्याचा प्रचार व प्रसार होऊन देशातील जनमानसाच्या समृद्धीकरिता व सुसंस्कारित मनाच्या जडण-घडणीकरता ही तेवढीच गरज ठरते. त्याचा उपयोग राष्ट्रउभारणीसाठी होतो. ही भूमिका स्पष्ट झाल्यामुळेच आजपर्यंत झालेल्या अखिल भारतीय मराठी साहित्य संमेलनाला सामाजिक प्रतिष्ठा प्राप्त झाली आहे. अनेक नामवंत शारदापुत्रांनी मराठी साहित्य संमेलनाची अध्यक्षस्थानं भूषवली. लोकहितवादी गोपाळ हरी देशमुख आणि न्या. महादेव गोविंद रानडे या दोघांच्या पुढाकाराने 'ग्रंथकार संमेलन' या नावाने संमेलनाचा श्री गणेशा झाला. स्वातंत्र्यपूर्व काळातील झालेल्या संमेलनांच्या अध्यक्षांचा परिचय, त्यांनी मांडलेले प्रमुख मुद्दे व त्यांच्या साहित्यसंपदेचा अभ्यासू वाचकांना जीवनात उपयोग व्हावा, तसेच त्याविषयीची माहिती व्हावी, एवढाच प्रामाणिक हेतू आहे. मराठी भाषेच्या वृद्धीसाठी साहित्य संमेलनामध्ये करण्यात आलेल्या प्रयत्नासंबंधी साहित्य संमेलनातील अध्यक्षीय भाषणांचा गोषवारा लक्षात घेतल्यास ही गोष्ट अधिक स्पष्ट होईल.

न्या. महादेव गोविंद रानडे
१८७८, पुणे

१८७८ पासून साहित्य संमेलनाची सुरुवात करण्यात आली. अशा ह्या पहिल्या ग्रंथ संमेलनाचे पहिले अध्यक्ष होण्याचा सन्मान प्राप्त झाला ते भारतीय प्रबोधनाचे प्रणेते, अनेक सार्वजनिक संस्थांचे जनक व धर्मनिष्ठ समाजसुधारक महादेव गोविंद रानडे. त्यांचा जन्म १८ जानेवारी १८४२ ला निफाड येथे झाला. न्या. रानडे यांचे मूळ गाव दापोलीजवळ आसूद. १८६२ मध्ये बी. ए. ची पदवी प्राप्तीनंतर काही काळ त्यांनी शिक्षकाची नोकरी केली. ते 'इंदूप्रकाश' साप्ताहिकात इंग्रजी लेखन करीत होते. १८६४ मध्ये एम. ए. तर १८६६ मध्ये एल. एल. बी. पूर्ण केले. काही दिवस कोल्हापूरला न्यायाधीश म्हणून काम पाहिले. मराठी भाषा व वाङ्मय या संबंधी त्यांना आत्मीयता होती. 'भागवत धर्मावरील दोन उपदेश' 'न्या. रानडे यांची धर्मपर व्याख्याने', 'व्यापारासंबंधी व्याख्याने' ही तीन पुस्तके त्यांच्या नावावर असून 'मराठी वाङ्मयाची अभिवृद्धी : १८१८ ते १८९६ पर्यंतच्या मराठी वाङ्मयाचे समालोचन' ही पुस्तके प्रसिद्ध आहेत. असे हे साहित्य संमेलनाचे संस्थापक व आद्यप्रवर्तक होत.

कृष्णशास्त्री राजवाडे
१८८५, पुणे

२८ मे १८८५ मध्ये पुणे येथे भरलेल्या मराठी ग्रंथकारांचे जे दुसरे संमेलन भरले होते, त्या संमेलनाचे अध्यक्ष संस्कृत नाटकाचे भाषांतरकार व मराठी ग्रंथकार कृष्णाजी केशव उर्फ कृष्णशास्त्री राजवाडे यांनी स्वीकारले होते. या संमेलनाला सुमारे ३०० ग्रंथकार उपस्थित होते. या संमेलनात वाङ्मय, फार्शी शब्दावरील बहिष्कार इ. विषयांवर चर्चा झाली होती. 'मालतीमाधव', 'मुद्राराक्षस', 'शाकुंतल', 'विक्रमोर्वशीय' या संस्कृत नाटकांची मराठीत त्यांनी भाषांतरे केली आणि १८५३मध्ये 'अलंकारविवेक' हा अलंकार शास्त्रावर ग्रंथ लिहिला. 'उत्सवप्रकाश', 'ऋतुवर्णने' ही रचली. कृष्णशास्त्री यांनी शेवटी संन्यास घेतला होता.

रघुनाथ पांडुरंग करंदीकर
१९०५, सातारा

१९०५ मध्ये ग्रंथकारांचे तिसरे संमेलन साताऱ्याला भरले होते. ह्या ग्रंथकार संमेलनाचे अध्यक्ष सातारा येथील सुप्रसिद्ध वकील रघुनाथ पांडुरंग करंदीकर यांनी स्वीकारले होते. त्यांचा जन्म २१ ऑगस्ट १८५७ मध्ये पंढरपूर येथे खाडीलकर घराण्यात झाला. त्यांनी १८७३ ते १९३५ पर्यंत अखंड ६२ वर्ष रोजनिशी लिहिली. त्यापैकी काही भाग १९६२ मध्ये 'दैनंदिनी' या नावाने प्रसिद्ध केला. राष्ट्रहिताच्या दृष्टिकोनातून त्यांनी अध्यक्षीय भाषणातून 'जागे व्हा आणि कामाला लागा' असा मंत्र दिला.

गोविंद वासुदेव कानिटकर
१९०६, पुणे

१९०६ मध्ये पुणे येथे झालेल्या चवथ्या ग्रंथकार संमेलनाचे अध्यक्षपद सुरस कवी, विद्याव्यासंगी व साहित्यक्षेत्रातील एक विद्वान म्हणून ज्यांची ख्याती होती असे गोविंद वासुदेव कानिटकर यांनी अध्यक्षपद भूषविले. गोविंदराव हे स्त्री शिक्षणाचे पुरस्कर्ते होते. त्यांची 'नारायण पेशवे यांचा वध', 'कविकूजन', 'अकबर काव्य', 'कृष्णकुमारी', हे काव्यसंग्रह प्रसिद्ध होते. या संमेलनात प्रामुख्याने आधुनिक कवींना उत्तेजन देणे, मराठी भाषेचा प्रसार व प्रचार होण्याच्या दृष्टीने ३० विषयांवर चर्चा करण्यात आली होती.

विष्णू मोरेश्वर महाजनी
१९०७, पुणे

१९०७ मध्ये पुणे येथे भरलेल्या पाचव्या साहित्य संमेलनाचे अध्यक्ष व्यासंगी लेखक, कवी, व नाटककार विष्णू मोरेश्वर महाजनी यांनी स्वीकारले होते. त्यांचा जन्म १० नोव्हेंबर १८५१ मध्ये पुणे येथे झाला. पदवीधर

झाल्याबरोबर त्यांनी अकोला येथे दुय्यम शिक्षक म्हणून कार्य केले. त्यानंतर अकोला येथे स्थायिक होऊन १८७२ मध्ये 'ज्ञानसंग्रह' नावाचे मासिक काढले व ते सहा महिने चालविले. त्यांचा 'कुसुमांजली' हा काव्यसंग्रह खूपच लोकप्रिय झाला होता. त्यांनी अध्यक्षीय भाषणातून मार्गदर्शन करताना मुख्यत्वेकरून ठिकठिकाणी पसरलेल्या महाराष्ट्रीयांनी एक व्हावे, लोकांमध्ये साक्षरतेचा प्रचार करून वाङ्मयविषयक अभिरुची ग्रंथकारांनी उत्पन्न करावी, तसेच त्यात वाढ करावी अशी अपेक्षा व्यक्त केली.

चिंतामण विनायक वैद्य
१९०८, पुणे

सहावे साहित्य संमेलन १९०८ मध्ये पुणे येथे आयोजित करण्यात आले. या संमेलनाचे अध्यक्ष चिंतामण विनायक वैद्य यांनी स्वीकारले होते. त्यांचा जन्म १८ आक्टोबरला कल्याण येथे झाला. १८८० मध्ये बी. ए. आणि १८८४ ला एल. एल. बी. होऊन १८९५ मध्ये ग्वाल्हेर येथे संस्थानी हायकोर्टात चीफ जस्टिस या सर्वोच्च पदावर त्यांची बढती झाली होती. नंतर १९०५ मध्ये नोकरीचा राजीनामा दिला. नंतरचे आयुष्य वाङ्मयसेवा व देशसेवा यात खर्ची घातले.

कान्होबा रणछोडदास कीर्तीकर
१९०५, बडोदे

सातवे साहित्य संमेलन १९०५ मध्ये बडोदे येथे आयोजित करण्यात आले. या साहित्य संमेलनाचे अध्यक्ष कान्होबा रणछोडदास कीर्तीकर हे होते. ते ब्रिगेड सर्जन लेफ्टनंट कर्नल या पदावरून १९०४ साली निवृत्त झाले. डॉ. कीर्तीकर हे विद्येचे भोक्ते होते. त्यांनी आर्य वैद्यकाच्या संशोधनाबरोबर हिंदुस्थानातील औषधी वनस्पतींचे संशोधन करून वनस्पती शास्त्रांवर ग्रंथरचना केली. भक्तिसुधा', 'विलापलहरी', 'इंदिरा' हे त्यांचे काव्यसंग्रह प्रसिद्ध आहेत. त्यांनी अध्यक्षीय भाषणातून भावना व्यक्त करताना म्हटले की, कवी म्हणजे सद्य:स्थितीचे चित्रकार, भावी स्थितीचे प्रवक्ते व प्रेम, अशा धैर्य इ. मानस संपत्तीचे उदार दाते होत. आमचे

पुष्कळ आधुनिक कवी हा आपला अधिकार विसरून नुसते रसिकांचे मनोरंजन करण्यात गुंतले आहेत. मनोरंजन हे काव्याचे अंतिम कार्य नाही. शरीर पोष हे अंतिम कार्य आहे, असा विचार त्यांनी मांडला.

हरी नारायण आपटे
१९१२, अकोला

१९१२ मध्ये अकोला येथे झालेल्या आठव्या साहित्य संमेलनाचे अध्यक्ष हरी नारायण आपटे यांनी स्वीकारले होते. इतिहासाचार्य राजवाडे यांनी महाराष्ट्रातील बुद्धिवान, प्रतिभावान, व कर्त्या पुरुषांच्या यादीत हरीभाऊंचे नाव घातले होते. हरी नारायण आपटे यांचा जन्म ८ मार्च १८६४ मध्ये खानदेशातील पारोळे येथे झाला. खरं तर त्यांचे मूळ नाव बाळकृष्ण. परंतु काही कारणाने हरी झाले. कॉलेजमध्ये असतानाच त्यांनी कादंबरी लेखनास सुरुवात केली होती. त्यांची पहिली कादंबरी 'मधली स्थिती' १८८५ मध्ये पुण्याच्या 'पुणे वैभव' या साप्ताहिकात क्रमश: प्रसिद्ध झाली. १८९० मधे 'करमणूक' नावाचे साप्तहिक सुरू केले व ह्या साप्ताहिकाने लोकप्रियतेचा कळस गाठला. परंतु २७ वर्षानंतर ते बंदही पडले. त्यांच्या १४ सामाजिक कादंबऱ्यात 'पण लक्षात कोण घेतो?' ही कादंबरी मराठी वाङ्मयात सर्वांत उत्कृष्ट म्हणून गणली गेली. आधुनिक मराठी कादंबरीचे आद्यजनक, समाजसुधारक हरी नारायण आपटे हे जरी बी. ए. झाले नव्हते तरी मुंबई विश्वविद्यालयाने त्यांना एम. ए. चे परीक्षक नेमले होते व विल्सन भाषाशास्त्र व्याख्यानमालेसाठी त्यांची नियुक्ती केली होती.

गंगाधरराव पटवर्धन
१९१५, मुंबई

मुंबई येथे मे १९१५ भरलेल्या नवव्या अखिल भारतीय साहित्य संमेलनाचे अध्यक्ष गंगाधरराव पटवर्धन यांनी भूषविले होते. त्यांचा जन्म ६ फेब्रुवारी १८६६ मधे झाला. त्यांचे मूळ नाव गोपाळराव रावसाहेब असे होते. 'व्यवहार उपयोगी रसायनशास्त्र' अशी पुस्तके लिहून त्यांनी आपली ज्ञानलालसा प्रगट केली.

गणेश जनार्दन आगाशे
१९१७, इंदूर

इंदूर येथे मार्च १९१७ मध्ये दहाव्या साहित्यसंमेलनाचे अध्यक्षपदाचा मान गणेश जनार्दन आगाशे यांना मिळाला. त्यांचा जन्म १३ सप्टेंबर १८५२ मध्ये झाला. जुन्या पिढीतील एक आदर्श मुख्याध्यापक, संस्कृत पंडित, एक उत्तम वक्ते म्हणून त्यांची ख्याती होती.

मराठी, संस्कृत व इंग्रजी भाषेवर त्यांचे उत्तम प्रभुत्त्व होते. त्यांचे एम. ए. पर्यंत शिक्षण पूर्ण झाले होते. 'बाष्पांजली', 'विरुदावली', हे त्यांची काव्य संग्रह प्रसिद्ध झाले होते.

नरसिंह चिंतामण केळकर
१९२१, बडोदे

लोकमान्य टिळकांचे राजकीय वारस व 'केसरी पत्राचे' दीर्घकालीन संपादक व संचालक नरसिंह चिंतामण ऊर्फ तात्यासाहेब केळकर यांना १९२१ मध्ये बडोदे येथे नोव्हेंबर महिन्यात भरलेल्या अकराव्या साहित्य संमेलनाच्या अध्यक्षपदाचा बहुमान मिळाला होता. त्यांचा जन्म २४ ऑगस्ट १८७२मध्ये झाला होता. १८९१ मध्ये बी.ए. पूर्ण. १८९४मध्ये एल.एल.बी.ची पदवी प्राप्त. 'लोकमान्य टिळक चरित्र', 'मराठे व इंग्रज हास्यविनोद मीमांसा' 'तोतयाचे बंड', ही त्यांची लोकप्रिय पुस्तके. 'साहित्यसम्राट' ही पदवी त्यांना जनतेने बहाल केलेली आहे.

माधव विनायकराव किबे
१९२६, मुंबई

१९२६ मध्ये मुंबई येथे भरलेल्या १२ व्या साहित्य संमेलनाचे अध्यक्ष म्हणून माधव विनायकराव किबे यांची निवड करण्यात आली होती. त्यांचा जन्म ५ एप्रिल १८७७ मध्ये झाला. विशेषतः प्राचीन व मध्ययुगीन इतिहासाचा

अभ्यास करून त्यांनी अनेक लेख लिहिले. त्यांनी आपल्या अध्यक्षीय भाषणातून प्रादेशिक तत्त्वावर राज्याची रचना करण्यात यावी, असा सिद्धान्त मांडला होता.

श्रीपाद कृष्ण कोल्हटकर
१९२७, पुणे

१३ व्या साहित्य संमेलनाचे अध्यक्षपदाचा बहुमान श्रीपाद कृष्ण कोल्हटकर यांना १९२७ मध्ये पुणे येथे मिळाला. त्यांचा जन्म २९ जून १८७१ ला नागपूर येथे झाला. १८९८ मध्ये एल.एल. बी. ची पदवी प्राप्त झाली. त्यांचा कल नाट्य-लेखनाकडे असल्याने १५ वर्ष नाटककार म्हणून गाजत राहिले.

नाट्य लेखनासोबत विनोद, लेख, कादंबरी, लेखनातही ते अग्रेसर होते. कोल्हटकरांनी खामगाव, जळगाव जामोद, तेल्हारा, अकोला, या ठिकाणी वकिलीचा व्यवसाय केला. संमेलन अध्यक्ष या नात्याने त्यांनी आपल्या भाषणात परिभाषा, भाषेचे शुद्धीकरण, भाषावार प्रांत रचना इ. अनेक महत्त्वाच्या विषयासंदर्भात परामर्श घेतला.

माधव श्रीहरी अणे
१९२८, ग्वाल्हेर

१९२८ मध्ये चौदावे साहित्य संमेलनाचे अध्यक्षपद माधव श्रीहरी अणे यांनी स्वीकारले होते. त्यांचा जन्म २१ ऑगस्ट १८८० मध्ये झाला. बी. ए. झाल्यावर अमरावतीच्या काशीबाई हायस्कूल व शिवाजी विद्यालय या राष्ट्रीय शिक्षण संस्थेत काही काळ शिक्षकाचे काम केले.

१९५१ मध्ये टिळकांचे 'श्रीमंत तिलकशोर्णव' हे संस्कृत चरित्र लिहिले. १६ जानेवारी १९६८ रोजी राष्ट्रपतींनी 'पद्मविभूषण' पदवी बहाल केली आणि त्याच दिवशी त्यांचे देहावसन झाले. त्यांनी अध्यक्षीय भाषणातून मराठी वाङ्मयाचा आढावा घेतला होता.

शिवराम महादेव परांजपे
१९२९, बेळगाव

बेळगाव येथे १९२९ मध्ये १५ वे अखिल भारतीय मराठी साहित्य संमेलन आयोजित करण्यात आले होते. प्रभावशाली तथा श्रेष्ठ दर्जाचे लेखक म्हणून ख्याती प्राप्त असलेले शिवराम महादेव परांजपे यांच्या अध्यक्षतेखाली हे संमेलन पार पडले. शिवराम परांजपे यांचे मूळ गाव कोकणातील देवाचे गोठणे, परंतु त्यांचे वडील महाड येथे वकिलीचा व्यवसाय करीत असल्याने त्यांचा जन्म महाड येथे २७ जून १८६४ ला झाला.

प्राथमिक शिक्षण महाड येथेच झाले. हायस्कूलचे शिक्षणाकरिता त्यांना रत्नागिरी येथे जावे लागले, कारण महाड येथे पुढील शिक्षणाची व्यवस्था नव्हती. विशेष बाब अशी की, शिवरामपंतांनी मॅट्रिकच्या परीक्षेत जगन्नाथ शंकरशेठ ही संस्कृत शिष्यवृत्ती मिळविली. पुढे महाविद्यालयीन शिक्षण पुण्याच्या डेक्कन कॉलेज मधून एम. ए. झाले. बी. ए. च्या परीक्षेत त्यांना भाऊ दाजी पारितोषिक देऊन सन्मानित करण्यात आले होते. अत्यंत कुशाग्र बुद्धीचे असल्याने एम. ए. च्या परीक्षेतसुद्धा त्यांना वेदांत पारितोषिक मिळाले. त्यांच्या बुद्धिमत्तेचा अंदाज वडिलांना आल्याने पुढे त्यांनी एल.एल. बी. करावे परंतु त्यांनी ह्या गोष्टीस नकार तर दिलाच परंतु सरकारी नोकरीही करणार नसल्याचे सांगून टाकले.

पुण्यातील महाराष्ट्र कॉलेजमध्ये संस्कृतचे प्राध्यापक म्हणून दोन वर्ष नोकरी करून राजीनामा दिला. आणि सार्वजनिक कार्याला वाहून घेतले. लोकमान्य टिळकांबरोबर राजकीय कार्यात सहभागी होऊन स्वत:चे वर्तमानपत्र काढले या पत्राला 'काळ' हे नाव दिले. उत्कृष्ट लेखनशैलीमुळे 'काळ' ने 'केसरी' वर्तमानपत्राच्या बरोबरीने लोकप्रियता संपादन केली. या वर्तमानपत्रामधील एका लेखासंदर्भात शिवरामपंतांवर खटला भरला गेला व त्यांना १९ महिन्यांची सजासुद्धा झाली. नंतर त्यांनी 'स्वराज्य' नावाचे साप्ताहिक सुरू केले. चित्रमय जगतमध्ये क्रमश: लिहिलेल्या दोन कादंबऱ्या 'गोविंदाची गोष्ट' व 'विंध्याचल' त्या काळी लोकप्रिय झाल्या होत्या. अध्यक्षीय भाषणातून त्यांनी परकीय भाषेतील शब्दांनी स्वभाषेची वाढ या व अशा अनेक महत्त्वाच्या मुद्द्यांवर सविस्तरपणे आपले विचार व्यक्त केले.

वामन मल्हार जोशी
१९३०, मडगाव

मडगाव येथे १९३० मध्ये भरलेल्या अखिल भारतीय साहित्य संमेलनाच्या अध्यक्षपदाचा मान वामन मल्हार जोशी यांना मिळाला. तात्यासाहेबांचे मूळ घराणे कोकणातील गोरेगाव येथील होते. तात्यासाहेबांचे वडील मल्हार जोशी हे वेदशास्त्र संपन्न होते. तात्यासाहेबांचा जन्म २१ जानेवारी १८८२ ला तळे येथे झाला. वामन मल्हार ऊर्फ तात्यासाहेब जोशी यांनी काही काळ वृत्तपत्र व्यावसायसुद्धा केला. तात्यासाहेबांना साहित्य क्षेत्रात त्यांनी लिहिलेल्या 'रागिणी' या कादंबरीमुळे प्रसिद्धी मिळाली. तात्यासाहेबांचे शिक्षण गोरेगाव, नगर, पुणे येथे झाले. तात्यासाहेब श्रेष्ठ साहित्यिक म्हणून प्रसिद्ध होते त्याचप्रमाणे उत्तम टेनिसपटू म्हणूनसुद्धा नावलौकिक मिळवून होते. १९०६ मध्ये एम. ए. झाल्यानंतर डेक्कन कॉलेजचे प्राचार्य बेन यांनी त्यांना मानाची सरकारी नोकरी देऊ केली, पण तात्यासाहेबांनी ती नाकारली. प्रो. विजापूरकरांच्या राष्ट्रीय शिक्षण संस्थेतर्फे निघणाऱ्या 'विश्ववृत्त' या मासिकाचे सहसंपादक म्हणून काम करीत असताना 'वैदिक धर्माची तेजस्विता' हा लेख प्रसिद्ध झाला. हा लेख संस्थानी राजकारणात राजद्रोही व खुनास उत्तेजन देणारा आहे, असा ठपका न्यायदेवतेने ठेवून दिल्यामुळे प्रो. विजापूरकर व वामनराव जोशी यांना तुरुंगवास भोगावा लागला. १९१८ ते १९४३ या काळात त्यांनी अनेक ग्रंथ लिहिले. त्यांच्या गाजलेल्या कादंबऱ्या म्हणजे इंदू काळे व सरला भोळे, नलिनी, सुशीलेचा देव असून ह्या कादंबऱ्या ध्येयवादात्मक स्वरूपाच्या होत्या. १६ व्या साहित्य संमेलनात त्यांनी आपल्या अध्यक्षीय भाषणातून वाङ्मयाची प्रवृत्ती व ध्येय या व इतर विषयांचा सखोल विचार मांडला.

श्रीधर व्यंकटेश केतकर
१९३१, हैदराबाद

हैद्राबाद येथे १९३१ मध्ये भरलेल्या १७ व्या अखिल भारतीय साहित्य संमेलनाचे अध्यक्षपद श्रीधर व्यंकटेश केतकर यांनी स्वीकारले होते. ते मराठी भाषेतील कोशयुगाचे आद्य प्रवर्तक तथा वेदविद्येचे गाढे अभ्यासक, कादंबरीकार,

थोर विचारवंत व प्रखर देशभक्त म्हणून प्रसिद्ध होते. श्रीधर केतकरांचा जन्म २ फेब्रुवारी १८८४ ला रायपूर येथे झाला. ते १५ वर्षांचे असताना त्यांचे वडील वारल्यामुळे चुलत्यांनी त्यांचे शिक्षण पूर्ण केले. १९०१ मध्ये मॅट्रिक पास झाले. नंतर मुंबईच्या विल्सन कॉलेजमध्ये त्यांनी बी. ए. होण्यापूर्वीच शिष्यवृत्या व कर्ज काढून ते अमेरिकेस गेले. अमेरिकेतील कार्नेल विद्यापीठातून त्यांनी १९०७ मध्ये बी. ए., नंतर एम. ए. केले. १९११ मध्ये पीएच. डी. मिळवली. तेथून परतल्यानंतर कलकत्ता विद्यापीठात राजकारण व अर्थशास्त्र या विषयाचे प्राध्यापक म्हणून काम केले. नंतर त्यांनी नोकरी सोडली. मग मात्र त्यांना कोणत्याही विद्यापीठाने नोकरी दिली नाही. त्याचे एकमेव कारण म्हणजे त्यांनी अमेरिकन पदवी मिळविली असल्यामुळे. १९१६ मध्ये ते नागपूरला आले. येथे त्यांनी मराठी ज्ञानकोश मंडळाची स्थापना केली. महाराष्ट्रीय ज्ञानकोशाचा पहिला खंड १९२१ मध्ये प्रसिद्ध झाला. ज्ञानकोशाचे एकूण २३ भाग १२ वर्षांत प्रसिद्ध झाले. याशिवाय डॉ. केतकरांनी महाराष्ट्राचा इतिहास दोन खंडात प्रसिद्ध केला. 'गोविंदपौत्र' या नावाने कविता लिहिल्या. तसेच 'ब्राह्मणकन्या', 'आशावादी', 'विचक्षणा', 'भटक्या', 'गोंडवनातील प्रियंवदा' अशा पाच कादंबऱ्या व 'स्त्रीसत्ता पराभव' नाटकसुद्धा लिहिले. १९२७ मध्ये पुण्याच्या दुसऱ्या शारदोपासक संमेलनाचे अध्यक्ष ते झाले होते. 'नि:शस्त्राचे राजकारण' हे त्यांचे बहुचर्चित पुस्तक. हैद्राबाद येथे १९३१ मध्ये भरलेल्या १७ व्या अखिल भारतीय साहित्य संमेलनात अध्यक्षीय भाषणातून त्यांनी भाषासंरक्षणाच्या प्रश्नास प्राधान्य देऊन परकीय सत्ता व देशी भाषातत्त्वे इत्यादी विषयांचा परामर्श घेतला.

सयाजीराव गायकवाड
१९३२, कोल्हापूर

कोल्हापूर येथे १९३२ मध्ये झालेल्या १८ व्या अखिल भारतीय साहित्य संमेलनाचे अध्यक्ष पदाकरिता ज्यांची नेमणूक झाली ते म्हणजे एक आदर्श, प्रजाहितदक्ष, प्रगतीपर विचारांचा, सामाजिक सुधारणावादी असे नावलौकिकप्राप्त संस्थानिक सयाजीराव खंडेराव गायकवाड होत. सयाजीराव गायकवाड यांनी आपल्या त्यांच्या कारकिर्दीत अनेक प्रकारचे पुरोगामी कायदे करून आदर्श राज्य निर्माण केले. म्हणूनच पं. मदनमोहन मालवीय यांनी सयाजीरावांचे 'आदर्श राजा' असे वर्णन केले. सयाजीराव गायकवाड बडोद्याच्या गादीवर दत्तक गेले होते.

दत्तक जाण्यापूर्वी ते एका खेडेगावातील निरक्षर गुराखी होते. त्यांचे मूळ नाव गोपाळ काशीनाथ गायकवाड. त्यांचा जन्म खानदेशातील कवळाणे येथे १७ मार्च १८६३ रोजी झाला. राजघराण्याशी संबधित असल्याने बडोद्याच्या राणी जमनाबाई गायकवाड यांनी त्यांना वयाच्या १२ व्या वर्षी दत्तक घेतले व त्यांचे नाव बदलवून सयाजीराव असे ठेवले. पुढे त्यांना शिक्षण देण्याची व्यवस्था करण्यात आली. पुढील आयुष्यात सुशिक्षित व्यक्तिमत्त्व म्हणून ते नावारूपास आले. बडोद्याच्या गादीवर बसल्यानंतर त्यांनी राज्यकारभाराविषयीचे धडे तज्ज्ञांकडून घेतले. सयाजीरावांनी उत्तम राज्यकारभारात विशेष करून उद्योग, शिक्षण, आरोग्य, कानून, तंत्रशिक्षण व वाङ्मयाच्या दृष्टीने सुधारणा घडवून आदर्श राज्यकारभार कसा असावा, याबद्दल देशाला उदाहरण दाखवून दिले. सयाजी ग्रंथमाला काढून ग्रंथप्रकाशन सुरू केले. अलाहाबाद येथे झालेल्या राष्ट्रीय सामाजिक परिषदेचे ते अध्यक्ष होते. कोल्हापूर येथे १९३२ मध्ये झालेल्या १८ व्या अखिल भारतीय साहित्य संमेलनात अध्यक्षीय भाषणात त्यांनी लोकशिक्षण, राष्ट्रोन्नती, वाङ्मय हे समाजाचे प्रतिबिंब, इत्यादी महत्त्वाच्या विषयावर मौलिक विचार मांडले. वाङ्मयाद्वारे समाजामध्ये चांगले परिवर्तन होऊ शकते या बाबत विचार व्यक्त केले.

कृष्णाजी प्रभाकर खाडीलकर
१९३३, नागपूर

नागपूर येथे १९३३ मध्ये झालेल्या १९ व्या अखिल भारतीय साहित्य संमेलनाच्या अध्यक्षांच्या संदर्भात बोलायचे झाल्यास अत्यंत प्रभावशाली पत्रकार, नाटककार, देशभक्त, व महात्मा गांधीजींच्या तत्त्वज्ञानाचे पुरस्कर्ते म्हणून ज्यांची ओळख होती, असे कृष्णाजी प्रभाकर ऊर्फ काकासाहेब खाडीलकर यांनी हे पद स्वीकारले होते. काकासाहेबांचा जन्म सांगली येथे झाला. जन्माआधीच त्यांचे पितृछत्र हरपले होते. बी. ए., एल. एल. बी. पर्यंत त्यांचे शिक्षण झाले होते. विद्यार्थिदशेपासूनच त्यांची नाळ ही रंगभूमीशी जुळलेली होती. म्हणूनच नाट्यलेखनाकडे त्यांचा जोर होता. त्यांनी पहिले नाटक लिहिले ते 'सवाई माधवरावांचा मृत्यू'. या नाटकाच्या संदर्भात झालेल्या परीक्षणामुळे लोकमान्य टिळकांचे लक्ष त्यांच्याकडे वळले होते. १८९६ मध्ये काकासाहेबांचा 'केसरीत' प्रवेश झाला. लोकमान्य टिळक १८९७ साली तुरुंगात गेल्यावर ते केसरीचे संपादक झाले. लोकमान्य

टिळकांच्या लेखांच्या बरोबरीचे जहाल लेख काकासाहेबांचेसुद्धा होते. केसरीत काम करीत असतानाच खाडीलकरांनी 'मानापमान', 'स्वयंवर', 'कीचकवध', 'विद्याहरण', 'बायकोचे बंड', अशाप्रकारचे नाट्यलेखन केले. त्यांची एकूण १५ नाटके. टिळकांच्या निधनानंतर त्यांनी केसरी सोडला. १९२३ मध्ये 'नवा काळ' नावाचे स्वत:चे स्वतंत्र दैनिक मुंबईस सुरू केले. १९२९ मध्ये राजद्रोही लेखावरून त्यांना १ वर्ष साधी कैद व १००० रुपये दंड झाला. नंतरच्या काळात ते अध्यात्माकडे वळले. १९०७ व १९१७ मध्ये झालेल्या तिसऱ्या व तेराव्या नाट्य संमेलनाचे अध्यक्षपद त्यांनी भूषविले होते. नागपूर येथे १९३३ मध्ये झालेल्या १९ व्या अखिल भारतीय साहित्य संमेलनात अध्यक्षीय भाषणातून त्यांनी मराठी भाषेची मुलूखगिरी, मराठी विद्यापीठ इत्यादी विषयांचे विवेचन करून मराठी भाषेच्या मुख्य शिकवणुकीसंदर्भात मार्गदर्शन केले.

नारायण गोविंद चापेकर
१९३४, बडोदे

बडोदे येथे १९३४ मध्ये झालेल्या २० व्या अखिल भारतीय साहित्य संमेलनाचे अध्यक्षपदाची सूत्रे थोर ग्रंथकार तथा अखंड ज्ञानोपासक, विचारवंत नारायण गोविंद चापेकर यांनी स्वीकारली. नारायण गोविंद ऊर्फ नानासाहेब चापेकर यांचे मूळ गाव चिपळूण तालुक्यातील वेळणेश्वर. नानासहेबांचा जन्म ५ ऑगस्ट १८६९ मध्ये झाला. त्यांचे शिक्षण बी. ए., एल. एल. बी. पर्यंत झालेले होते. एल. एल. बी. नंतर त्यांनी काही दिवस ठाण्यास वकिली केली. नंतर १९०१ मध्ये अलीबाग येथे सबजज्ज म्हणून नेमणूक झाली. न्याय खात्यात त्यांनी २५ वर्ष नोकरी केली. निवृत्तीनंतर ४३ वर्षे ग्रंथलेखन, सामाजिक संशोधन, इतिहास संशोधन, अशा अनेक कार्यात जीवन व्यतीत केले. साहित्य परिषदेचे ते १० वर्ष कार्याध्यक्ष होते. नानासाहेबांनी 'बदलापूर' नावाचा समाससंशोधनाचा अप्रतिम ग्रंथ निर्माण केला. नानासाहेबांनी सामाजिक, ऐतिहासिक, संशोधन व चिंतनात्मक स्वरूपाचे लेखन केले. यामध्ये 'पेशवाईच्या सावलीत', 'चित्पावन', 'वैदिक निबंध', 'हिमालयात', 'गच्चीवरील गप्पा', 'निवडक निबंध', ही त्यांची ग्रंथ संपदा. डी. लिट्. ही सन्मानाची पदवी पुणे विद्यापीठाने देऊन त्यांचा यथोचित गौरव केला. तसेच संकेश्वर मठाच्या शंकराचार्यांनी त्यांना 'सूक्ष्मावलोक' ही उपाधी अर्पण केली. साहित्याच्या क्षेत्रात केलेल्या उत्कृष्ट कामगिरीबद्दल बडोदे येथे १९३४ मध्ये झालेल्या २० व्या

अखिल भारतीय साहित्य संमेलनाचे अध्यक्षपद त्यांना बहाल करण्यात आले होते.

भगवानराव श्रीनिवासराव पंतप्रतिनिधी
१९३५, इंदूर

इंदूर येथे १९३५ मध्ये झालेल्या २१ व्या अखिल भारतीय साहित्य संमेलनाच्या अध्यक्षपदाचा मान औंध संस्थानचे अखेरचे अधिपती, कीर्तनकार व नमस्कार व्यायामाचे पुरस्कर्ते, भगवानराव श्रीनिवासराव ऊर्फ बाळासाहेब पंतप्रतिनिधी यांनी स्वीकारले होते. बाळासाहेबांचा जन्म २४ आक्टोबर १८६८ ला औंध येथे झाला. प्राथमिक शिक्षण आटोपून उच्च शिक्षणासाठी ते पुण्याच्या डेक्कन कॉलेजात गेले. बी. ए. पूर्ण झाल्यानंतर ते एल. एल. बी. चा अभ्यास करण्यासाठी मुंबईमध्ये आले. परंतु ते कायद्याचा अभ्यास पूर्ण करू शकले नाहीत. चित्रकलेच्या छंदासोबतच त्यांनी कीर्तनाचाही अभ्यास पूर्ण केला. बाळासाहेब एक उत्तम कीर्तनकार म्हणून प्रसिद्ध होते. त्यांनी जवळपास ३९ वर्ष राज्यकारभार पाहिला. प्रजेला स्वराज्याचे अधिकार देऊन संस्थानात लोकशाहीचे बीजारोपण केले. सोबतच संस्थानचा औद्योगिक विकाससुद्धा केला. बाळासाहेबांनी 'अजंठा', 'चित्ररामायण', 'आहार चिकित्सा शिक्षक', 'सूर्यनमस्कार', 'नेत्रबलसंवर्धन', असे विविध विपुल साहित्यलेखन केले. इंदूर येथे १९३५ मध्ये झालेल्या २१ व्या अखिल भारतीय साहित्य संमेलनात त्यांनी अध्यक्षीय भाषणातून अनेक मुख्य गोष्टींवर प्रकाश टाकला. त्यामध्ये विशेष करून ग्रामोद्योग, चित्रकला, उद्योगधंदे, वाङ्मयनिर्मिती संदर्भात मार्गदर्शन केले.

माधव ज्युलियन
१९३६, जळगाव

जळगाव येथे १९३६ मध्ये झालेल्या २२व्या अखिल भारतीय साहित्य संमेलनाचे अध्यक्षपदी माधव त्र्यंबक पटवर्धन ऊर्फ माधव ज्युलियन यांची निवड झाली. सुप्रसिद्ध आधुनिक कवी म्हणून ते प्रसिद्ध होते. माधव ज्युलियन यांचा जन्म २१ जानेवारी १८९४ ला बडोदे येथे झाला वडील पोस्टखात्यात असल्याने त्यांचे शिक्षण वेगवेगळ्या ठिकाणी झाले. फार्सी भाषेत

त्यांनी प्रावीण्य मिळविले होते. माधव ज्युलियन यांनी इंग्रजी व फार्सी विषय घेऊन एम. ए. पूर्ण केले. फर्ग्युसन कॉलेजमध्ये पार्शियनचे प्राध्यापक म्हणून त्यांनी ६ वर्ष नोकरी केली. नंतर मात्र ते कोल्हापूरच्या राजाराम कॉलेजमध्ये प्राध्यापक झाले. त्यांची साहित्यसंपदा लक्षात घेता त्यांनी १४ काव्य ग्रंथांची निर्मिती केली असून मराठी-फार्सी कोश, छंदोरचना, भाषाशुद्धीविवेक, या ग्रंथांनी ते श्रेष्ठ ग्रंथकार म्हणून प्रसिद्ध झाले. त्यांच्या 'छंदोरचना' या ग्रंथाचा मुंबई विद्यापीठाने १९३८ मध्ये डी. लिट. ही पदवी देऊन गौरव केला. १९३३ मध्ये नाशिक कवी संमेलनाचे ते अध्यक्ष होते. जळगाव येथे १९३६ मध्ये झालेल्या २२ व्या अखिल भारतीय साहित्य संमेलनात त्यांनी अध्यक्षीय भाषणातून मराठी भाषा व भाषाशुद्धीबद्दलचे विचार व्यक्त केले.

विनायक दामोदर सावरकर
१९३८, मुंबई

मुंबई येथे १९३८ मध्ये झालेल्या २३ व्या अखिल भारतीय साहित्य संमेलनाचे अध्यक्ष म्हणून ज्यांची निवड झाली ते म्हणजे विनायक दामोदर सावरकर. विनायक दामोदर सावरकर हे महाराष्ट्रातील एक प्रसिद्ध क्रांतिकारक, हिंदू महासभेचे राजकीय पुढारी, विज्ञाननिष्ठ, श्रेष्ठ दर्जाचे वक्ते, ग्रंथकार म्हणून सुपरिचित होते. खरं तर, वि. दा. ऊर्फ तात्यासाहेब सावरकर क्रांतिकारक म्हणून विख्यात होते. तात्यासाहेब मूळचे कोकणातील. वि. दा. सावरकरांचा जन्म २८ मे १८८३ भगूर येथे झाला. भगूर येथे प्राथमिक शिक्षण त्यांनी पूर्ण केल्यानंतर नासिकच्या शिवाजी हायस्कूलमध्ये त्यांनी प्रवेश घेतला. हायस्कूलमध्ये असताना त्यांनी 'मित्रमेळा' नावाची गुप्त संघटना स्थापन केली. त्यात 'अभिनव भारत' ह्या संस्थेचा समावेश होता. पुढे त्यांनी पुण्याच्या फर्ग्युसन कॉलेज मधून बी. ए. पर्यंतचे शिक्षण पूर्ण केले. कॉलेजात असतानाच 'काळ' पत्रातील स्फोटक लिखाणामुळे त्यांची देशभक्ती प्रज्वलित झाली. त्यांनी १९०५ मध्ये लाकडी पुलाजवळ परदेशी कापडाची होळी करून क्रांतिकारक चळवळीचा श्रीगणेशा केला. वि. दा. सावरकरांना पं. श्यामजी कृष्ण वर्मा यांची परदेशातली शिवाजी शिष्यवृत्ती मिळाली होती. लंडनमध्ये असताना ते बॅरिस्टर झाले. त्यांनी बॉम्ब व पिस्तुलांचे प्रशिक्षण घेतले, हिंदुस्थानात पिस्तूल पाठविल्यामुळे व अशाप्रकारच्या अनेक कारणांमुळे ते क्रांतिकारक ठरले. १३ मार्च १९१० रोजी लंडन येथे त्यांना अटक झाली. त्यांना

लंडन येथून हिंदुस्थानात आणत असताना त्यांनी मार्सेलिसजवळ आगबोटीच्या पोर्टहोलमधून उडी मारून ते फ्रान्सच्या किनाऱ्यावर पोहत गेले. एवढे धाडस करूनसुद्धा त्यांचा निसटण्याचा प्रयत्न यशस्वी झाला नाही. परंतु त्यांची ही उडी अखख्या जगात गाजली एवढे मात्र खरे. पुढे त्यांच्यावर खटला चालून जन्मठेपेची शिक्षा झाली. त्याकरिता त्यांची अंदमानात रवानगी करण्यात आली. मे १९२१ मध्ये त्यांची मुक्तता झाली. वि. दा. सावरकरांनी अंदमानात असताना 'कमला' काव्य लिहिले. 'माझी जन्मठेप', 'गोमंतक', अशी पुस्तके लिहिली. 'तुजसाठी मरण ते जनन, तुजवीण जनन ते मरण...' 'स्वतंत्रतेचे स्तोत्र' या कवितेतील या ओळी स्वातंत्र्याच्या यज्ञात ज्यांनी आपल्या आयुष्याची आहुती टाकली, त्या स्वातंत्र्यवीर सावरकरांच्या ह्या ओळी......... सावरकरांनी केवळ स्वत:चे जीवन स्वातंत्र्यास्तव अर्पिले एवढेच नव्हे, तर असाच स्वत:चा जीव स्वातंत्र्यासाठी भाकरतुकड्याप्रमाणे ओवाळून टाकणारे तेजस्वी अमर हुतात्मे घडविले. आपला श्वासन् श्वास स्वातंत्र्यासाठी वेचणारे सावरकर खरे तर जबरदस्त साहित्यिक होते. अंदमानच्या दुर्दैवी भिंतींनी तिच्यावर आपटणारी डोकीच पाहिली होती पण या स्वातंत्र्यवेड्या साहित्यिकानं या भिंतीवर काव्याचा साज चढविला होता. मुंबई येथे १९३८ मध्ये झालेल्या २३ व्या अखिल भारतीय साहित्य संमेलनाचे अध्यक्षीय भाषणात 'लेखण्या मोडा आणि बंदुका हाती घ्या', म्हणजे साहित्यापेक्षा शस्त्रबळाचे महत्त्व असा त्यांनी संदेश दिला. स्वत:ची लेखणीही त्यांनी त्याच कार्यासाठी राबविली.

दत्तो वामन पोतदार
१९३९, अहमदनगर

अहमदनगर येथे १९३९ मध्ये झालेल्या २४ व्या अखिल भारतीय साहित्य संमेलनाचे अध्यक्ष म्हणून ज्यांची निवड झाली, ते म्हणजे दत्तो वामन पोतदार. विख्यात इतिहास संशोधक, पद्मभूषण, साहित्य वाचस्पती, उत्कृष्ट वक्ते, सार्वजनिक कार्यकर्ते म्हणून ते नावाजलेले होते. दत्तो वामन पोतदार यांचा जन्म ५ ऑगस्ट १८९० मध्ये महाडजवळील बीरवाडी येथे झाला. त्यांचे वडील प्रसिद्ध वकील होते. पोतदार यांचे शिक्षण बी. ए. पर्यंत. एल. एल. बी. चा अभ्यास करण्यासाठी ते मुंबईला गेले परंतु त्यांनी हा अभ्याक्रम अर्ध्यावर सोडून दिला. आयुष्यभर त्यांनी शिक्षकी पेशा स्वीकारला. १९१५ मध्ये ते शिक्षण प्रसारक

मंडळाचे आजीव सभासद झाले. त्याचवर्षी भारत इतिहास संशोधन मंडळाचे सहचिटणीस झाले. पाच दशके त्यांनी संशोधन मंडळात विविध कार्य केले. १९४८ मध्ये ते टिळक विद्यापीठाचे कुलगुरू आणि १९६१ मध्ये पुणे विद्यापीठाचे कुलगुरू म्हणून त्यांची नियुक्ती झाली होती. अखिल भारतीय इतिहास परिषदेचे अध्यक्षस्थान त्यांनी दोन वेळा विभूषित केले. उत्कृष्ट वक्ते असल्याने त्यांनी अनेक संमेलने गाजविली होती. त्यांची साहित्य संपदा अशी 'मराठी गद्याचा इंग्रजी अवतार', 'विविध दर्शन', 'मी युरोपात काय पाहिले?', 'शिवचरित्राचे पैलू', 'लोकमान्यांचा सांगाती' अशी त्यांची गाजलेली पुस्तके. पोतदारांना अनेक भाषांचे ज्ञान होते ते म्हणजे मराठी, हिंदी, इंग्रजी, उर्दू, संस्कृत. दत्तो वामन पोतदार यांनी आपले सर्व जीवन संशोधनास वाहिले होते. अहमदनगर येथे १९३९ मध्ये झालेल्या २४ व्या अखिल भारतीय साहित्य संमेलनात अध्यक्षीय भाषणातून त्यांनी मराठीचा इंग्रजी अवतार, मराठीचा पक्ष हा जनता पक्ष, अशा विविध विषयांचे विवेचन करून योग्य असे मार्गदर्शन केले.

नारायण सीताराम फडके
१९४०, रत्नागिरी

रत्नागिरी येथे १९४० मध्ये झालेल्या २५ व्या अखिल भारतीय साहित्य संमेलनाचे अध्यक्ष म्हणून ज्यांची निवड झाली असे लोकप्रिय कादंबरीकार, सौंदर्यवादी साहित्यिक व ज्यांनी चित्रपटापर्यंत विपुल लेखन केले असे नामवंत लेखक नारायण सीताराम ऊर्फ आप्पासाहेब फडके. ना. सी. फडके यांचा जन्म ४ ऑगस्ट १८९४ ला नगर जिल्ह्यातील कर्जत येथे झाला. त्यांचे वडील हे वेदांताचे गाढे अभ्यासक होते. त्यांचे शिक्षण बी. ए. पर्यंत झाले होते. त्यांची प्राध्यापक म्हणून १९१६ ला नियुक्ती झाली. १९२० मध्ये चळवळीत भाग घेतल्याने नोकरी सोडली. नंतर त्यांनी काही काळ केसरी, मराठाच्या संपादक मंडळातही काम केले. १९२५पासून कोल्हापूरच्या राजाराम महाविद्यालयात प्राध्यापक म्हणून रुजू झाले व इथेच अध्यापनाचे कार्य केले. १९१२ मध्ये त्यांनी पहिली कादंबरी लिहिली ती म्हणजे 'अल्ला हो अकबर' व ही १९१६ ला प्रसिद्ध झाली. विपुल अशा प्रमाणात त्यांनी लेखन केले. एकूण ७४ कादंबऱ्या, २७ लघुकथा संग्रह, ७ नाटके, ९ लघुनिबंधसंग्रह, २२ समीक्षाविषयक लेखसंग्रह, ९ चरित्रे, याशिवाय विविध विषयांवर

ग्रंथ लिहिले. १९६२ मध्ये त्यांना पद्मभूषण ही पदवी मिळाली. रत्नागिरी येथे १९४० मध्ये झालेल्या २५ व्या अखिल भारतीय साहित्य संमेलनात अध्यक्षीय भाषणात त्यांनी साहित्यविषय न घेता वृत्तपत्रीय वाङ्मयाचा प्रामुख्याने परामर्श घेतला व याच विषयाच्या संदर्भात आपले रोखठोक विचार मांडले.

विष्णू सखाराम खांडेकर
१९४१, सोलापूर

सोलापूर येथे १९४१ मध्ये झालेल्या २६ व्या अखिल भारतीय साहित्य संमेलनाचे अध्यक्ष म्हणून ज्यांची निवड झाली असे विख्यात कादंबरीकार, ज्ञानपीठ पारितोषिकाचे विजेते व सहा दशके सातत्याने लेखन करणारे नामवंत लेखक विष्णू सखाराम ऊर्फ भाऊसाहेब खांडेकर यांनी स्वीकारले होते. भाऊसाहेबांचे वडील वकिली करीत होते. त्यामुळे ते सांगलीला राहात होते. भाऊसाहेब खांडेकरांचा जन्म सांगलीला झाला. वि. स. खांडेकरांचे शिक्षण मॅट्रिक पर्यंतचे. पुढे ते फर्ग्युसन कॉलेज मध्ये गेले परंतु काही कारणास्तव त्यांना उच्च शिक्षण घेता आले नाही. वयाच्या १४व्या वर्षी त्यांनी 'शनिप्रभाव' हे नाटक लिहिले. १९२० मध्ये त्यांना शिक्षकाची नोकरी लागली व त्यांनी ती मोठ्या आनंदाने स्वीकारली व शेवटी ते हेडमास्टरसुद्धा झाले. त्यांची 'हृदयाची हाक' ही पहिली कादंबरी १९३० मध्ये प्रकाशित झाली. त्यांनी आपल्या आयुष्यात कादंबरी, लघुकथा, चित्रपटकथा, नाटक, समीक्षा, चरित्र, प्रबंध, आत्मकथन अशा विविध क्षेत्रांत लेखन केले. १९७६ मध्ये त्यांना दिल्लीच्या भारतीय ज्ञानपीठाने १ लाख रुपयाचा पुरस्कार प्रदान केला. भाऊसाहेबांची साहित्यसंपदा पुढीलप्रमाणे— स्वतंत्र ग्रंथ संख्या ८४, अनुवादित व संपादित २५ आहेत. मडगावचे गोमंतक साहित्य संमेलन. दक्षिण महाराष्ट्र पत्रकार संमेलन, मिरज; ४० वे नाट्य संमेलन, सातारा या सर्व ठिकाणी संमेलनाध्यक्ष म्हणून त्यांचा सन्मान झालेला आहे. त्यांना 'ययाती'बद्दल साहित्य अकादमीचा पुरस्कार मिळालेला आहे. राष्ट्रपतींकडून 'पद्मभूषण' ही पदवी व कोल्हापूर विद्यापीठाकडून डी. लिट. ही सन्मान्य पदवी मिळाली. सोलापूर येथे १९४१ मध्ये झालेल्या २६ व्या अखिल भारतीय साहित्य संमेलनात त्यांनी आपल्या भाषणात ललित वाङ्मयाची विशेष चर्चा केली.

प्रल्हाद केशव अत्रे
१९४२, नाशिक

नाशिक येथे १९४२ मध्ये झालेल्या २७ व्या अखिल भारतीय साहित्य संमेलनाचे अध्यक्ष म्हणून प्रल्हाद केशव अत्रे यांची निवड झाली वृत्तपत्रसृष्टी, विडंबन काव्य, विनोद, शिक्षण, इत्यादी अनेक क्षेत्रांत ख्यातनाम व्यक्तिमत्त्वाचे धनी म्हणून आचार्य प्र. के. अत्रे यांच्याकडे पाहिले जाते. आचार्य प्र. के. अत्रे यांचा जन्म १३ ऑगस्ट १८९८ ला सासवड येथे झाला. सासवड येथेच प्राथमिक शिक्षण पूर्ण करून पुढील शिक्षणासाठी ते पुण्याला आले. बी. ए. पूर्ण केल्यानंतर शिक्षक झाले. १९२२ मध्ये मुख्याध्यापक झाले. १९२६ साली बी. टी. पूर्ण केल्यानंतर उच्च शिक्षणासाठी इंग्लंडला जाऊन लंडन विद्यापीठाची टी. डी. ही शिक्षण क्षेत्रातील पदवी संपादन केली. नोकरी करीत असताना त्यांचे लेखन व सार्वजनिक कार्य चालूच होते. 'साष्टांग नमस्कार' हे त्यांचे पहिले नाटक रंगभूमीवर आले. चित्रपटांची कथानके लिहिली. 'ब्रह्मचारी' हा बोलपट त्यांचा गाजला. त्यांच्या 'श्यामची आई' ह्या चित्रपटाला राष्ट्रपती सुवर्णपदक मिळाले. त्यांची ग्रंथसंपदा पुढीलप्रमाणे— झेंडूची फुले, मी कसा झालो, कऱ्हेचे पाणी. 'नवयुग', व 'मराठा' ही त्यांची दैनिके अतिशय लोकप्रिय झाली होती. १९५० चे बेळगावचे पत्रकार संमेलन व १९४१ आणि १९५६ दोन वेळा त्यांनी नाट्यसंमेलनाचे अध्यक्षपद भूषविले होते. नाशिक येथे १९४२ मध्ये झालेल्या २७ व्या अखिल भारतीय साहित्य संमेलनात अध्यक्षीय भाषणात त्यांनी ललित वाङ्मय हेच लोकवाङ्मय, बहुजन समाजाचे वाङ्मय इत्यादी विषयांचा परामर्श घेतला.

श्रीपाद महादेव माटे
१९४३, सांगली

सांगली येथे १९४३ मध्ये झालेल्या २८ व्या अखिल भारतीय साहित्य संमेलनाचे अध्यक्षपदाचा मान श्रीपाद महादेव माटे यांना मिळाला. विज्ञानाचे निष्ठावंत तथा स्वतंत्र प्रज्ञेचा अखंड ज्ञानोपासक म्हणून त्यांची ख्याती होती. श्रीपाद महादेव माटे यांचा जन्म २ सप्टेंबर १८८६

रोजी शिरपूर येथे झाला. त्यांचे प्राथमिक शिक्षण शिंगणापूरला झाले. अत्यंत खडतर अशा परिथितीत त्यांनी एम. ए. पर्यंत शिक्षण पूर्ण केले. १९३५ साली सर परशुराम कॉलेजात मराठीचे प्राध्यापक म्हणून त्यांनी नोकरीला सुरुवात करून १९४५ मध्ये निवृत्त झाले. त्यांनी सुमारे ४०लहान-मोठे ग्रंथ लिहिले. मराठी कथेच्या प्रांतात ग्रामीण कथालेखनाचे आद्य प्रवर्तक म्हणून त्यांचा नावलौकिक झाला. 'उपेक्षितांचे अंतरंग', 'माणुसकीचा गहिवर' असे त्यांचे एकूण सहा कथासंग्रह. जन्मभर त्यांनी अध्यापन व ग्रंथलेखन केले. सांगली येथे १९४३ मध्ये झालेल्या २८ व्या अखिल भारतीय साहित्य संमेलनात अध्यक्षीय भाषणात त्यांनी मुख्यत्वे करून गृहस्थाश्रमावर श्रद्धा उत्पन्न करेल असे वाङ्मय तयार करणे आवश्यक असल्याचे सांगितले.

भार्गवराम विठ्ठल वरेरकर
१९४४, धुळे

धुळे येथे १९४४ मध्ये झालेल्या २९ व्या अखिल भारतीय साहित्य संमेलनाचे अध्यक्षपदाचा मान भार्गवराव विठ्ठल वरेरकर यांना मिळाला.

श्रेष्ठ नाटककार, कथालेखक, कादंबरीकार, भार्गवराव विठ्ठल ऊर्फ मामा वरेरकर यांचे मूळ गाव मालवण. त्यांचा जन्म २७ एप्रिल १८८३ ला चिपळूण येथे झाला. त्यांचे शिक्षण मॅट्रिक पर्यंतही झालेले नव्हते. परंतु त्यांनी स्वतःच वाचन-लेखनाचा व्यासंग वाढविला म्हणून ते इंग्रजी, बंगाली शिकले व पोस्ट खात्यात नोकरीला लागले. नोकरीत असतानाच त्यांनी नाटके लिहिली. त्यांचे पहिले नाटक 'कुंजविहारी'१९०४ मध्ये लिहून १९०८ मध्ये ते रंगभूमीवर आले. त्यांनी ८ नाटके लिहिली. त्यामुळे नाटककार म्हणून मामा वरेरकरांना प्रसिद्धी मिळाली. आकाशवाणीशी त्यांचा संबंध आला होता. नाट्यक्षेत्रात त्यांनी विविध प्रयोग केले. त्यांच्या एकूण नाटकांची संख्या ३७ असून ६ एकांकिका व ६ लघुनाटिका, २१ श्रुतिका आहेत.

नाट्य लिखाणाशिवाय त्यांनी २७ कादंबऱ्या लिहिल्या २५ रहस्यकथासुद्धा लिहिल्या. अनुवादाच्या क्षेत्रात सुद्धा त्यांची भरारी वाखाणण्याजोगी आहे. सुप्रसिद्ध बंगाली लेखकांच्या ५० कादंबऱ्यांचा मराठीत अनुवाद केला. त्यांनी टोपण नावाने लिहिलेली 'विधवा कुमारी' ही कादंबरी फार गाजली. या सर्व साहित्यसेवेचा प्रवास लक्षात घेता त्यांना धुळे येथे १९४४ मध्ये झालेल्या २९ व्या अखिल भारतीय

साहित्य संमेलनाचे अध्यक्षपदाचा मान मिळाला. आपल्या अध्यक्षीय भाषणातून त्यांनी अनादीकालापासून लोकप्रिय वाङ्मयाचा आढावा घेऊन आपले विचार अभ्यासपूर्वक मांडले.

गजानन त्र्यंबक माडखोलकर
१९४६, बेळगाव

बेळगाव येथे १९४६ मध्ये झालेल्या ३० व्या अखिल भारतीय साहित्य संमेलनाचे अध्यक्षपदाकरिता गजानन त्र्यंबक माडखोलकर यांची निवड करण्यात आली. ग. त्र्यं. माडखोलकर हे थोर कादंबरीकार, साहित्यिक, पत्रपंडित, विविध सार्वजनिक कामे जन्मास घालून त्यांचे पोषण व संगोपन करणारे, अशी ख्याती प्राप्त म्हणून ते सर्वदूर परिचित होते. त्यांचे मूळगाव सावंतवाडी संस्थानात माडखोल प्रांतातील कुडाळ. १९१० मध्ये ते आर्यन एज्युकेशन सोसायटीच्या शाळेत गेले परंतु १९१८ मध्ये ते मॅट्रिक नापास झाले. मग पुन्हा त्यांनी शाळेचे तोंड पाहिले नाही. मात्र स्वतंत्रपणे लेखन व्यवसाय सुरू केला वयाच्या आठव्या वर्षांपासून ते कविता व लेख लिहीत होते. 'केसरी'च्या अंकात पहिला लेख प्रकाशित झाला तेव्हापासून त्यांच्या लिखाणाला वेग आला. श्री. न. चिं. केळकर व श्री. श्री. कृ. कोल्हटकर या सुप्रसिद्ध साहित्यिकांशी त्यांचा संबंध आला. १९२२ मध्ये 'ज्ञानप्रकाश'मध्ये ते काम करू लागले परंतु दोन वर्षात त्यांनी भारत सेवक समाज सोडला.

२० वर्ष 'महाराष्ट्र' व 'तरुण भारत' मध्ये ३० वर्ष वृत्तपत्राच्या संपादनाचे कार्य मोठ्या कौशल्याने सांभाळले. पत्रकारितेतील त्यांचे पहिले गुरू साहित्यसम्राट श्री. न. चिं. केळकर हे होते. त्यांच्या बाबतीत सांगायचे झाल्यास महाराष्ट्रातील अग्रगण्य मराठी साहित्यिक, एक तत्त्वविमर्शक, समीक्षक, राजकीय कादंबरीकार, उत्कृष्ट संपादक म्हणून भाऊसाहेबांचा सर्वज्ञात परिचय आहे. त्यांची साहित्य संपदा पुढीलप्रमाणे– २० कादंबऱ्या, २ कथासंग्रह, २ नाटके, १७ लेखसंग्रह, १० चरित्रे, आत्मकथन, प्रवासवर्णन, इत्यादीचा समावेश आहे. बेळगाव येथे १९४६ मध्ये झालेल्या ३० व्या अखिल भारतीय साहित्यसंमेलनात अध्यक्षीय भाषणात मराठी भाषेची प्रतिष्ठा आणि प्रभाव वाढवण्यासाठी महाराष्ट्राचे एकीकरणासंदर्भात सखोल असे मार्गदर्शन केले.

स्वातंत्र्यपूर्व म्हणजे १९४७ च्या आधी भरविण्यात आलेली ३० अखिल

भारतीय साहित्य संमेलनांच्या संदर्भातील थोडक्यात परंतु महत्त्वाची माहिती– ती म्हणजे संमेलनाध्यक्ष व त्यांची साहित्य संपदा, साहित्य सेवा, साहित्यासंदर्भातील विचार याबद्दलची माहिती देण्याचा हा अल्पसा प्रयत्न. एकंदरीत ह्या साहित्य संमेलनाच्या माध्यमातून मराठी भाषेचे भावविश्व, तसेच मानवी जीवातील विविध पैलूंचं यथार्थ चिंतन होऊन अज्ञानाचा नायनाट करीत परिवर्तनाचा अर्थ स्पष्ट करणारं व सर्वस्पर्शी जाणिवेचा परामर्श घेणारं साहित्य प्रगट झालं. या जगात 'जनावरं माणसं झाली की माणसं जनावरं झाली' अशा वैचारिक परिपक्वतेचं दर्शन या अखिल भारतीय साहित्य संमेलनाच्या माध्यमातून स्पष्ट चित्र जनतेसमोर आलं एवढं मात्र खरं!

दै. लोकसत्ता मधील 'अध्यक्ष साहित्य संमेलनाचे' यामधून संदर्भ घेतलेला आहे. उद्देश एवढाच की, ह्या साहित्य संमेलनाच्या माध्यमातून मराठी भाषेचे भावविश्व, तसेच मानवी जीवनातील विविध पैलूंवर यथार्थ चिंतन व्हावे एवढीच एक अपेक्षा. तसेच स्वातंत्र्यपूर्व अखिल भारतीय साहित्य संमेलनाने मराठी भाषेची अभिवृद्धी झाल्याचे निष्पन्न झाले, त्याचप्रमाणे स्वातंत्र्यानंतरची अखिल भारतीय साहित्य संमेलनामध्येसुद्धा मराठी भाषेच्या अभिवृद्धीकरिता प्रयत्न केले किंवा नाही ह्याचासुद्धा थोडक्यात आढावा घेऊन प्रयत्न झाले किंवा नाही याबद्दल पाहू.

***

स्वातंत्र्यानंतरची-अखिल भारतीय मराठी साहित्य संमेलने...

स्वातंत्र्यानंतरची-अखिल भारतीय मराठी साहित्य संमेलने... मराठी भाषेच्या विकासाच्या दृष्टीने अनेक प्रयत्न केले गेले त्यामध्ये अखिल भारतीय साहित्य संमेलनाला अधिक महत्त्व प्राप्त झाले. खरं तर मराठी वाङ्मय उन्नतीसाठी व भाषेचा प्रचार व प्रसार होऊन जनमानसाच्या समृद्धीकरिता व सुसंस्कारित मनाच्या जडणघडणीकरिता तसेच राष्ट्रउभारणीसाठी भाषेचं महत्त्व असल्याचं स्पष्ट झाल्यानं खऱ्या अर्थाने अखिल भारतीय मराठी साहित्य संमेलनास अधिक महत्त्व प्राप्त झाले आहे. मराठी भाषेचा विचार करता त्या भाषेला राजमान्यताही तेवढीच महत्त्वाची ठरते. मराठी भाषेला एक इतिहास आहे

पूर्वीच्या काळी राजदरबारात कवीला दरबारात स्नेहपूर्वक आमंत्रण देऊन त्याच्या तोंडून मराठी कविता राजदरबारात ऐकण्याचा एक मतप्रवाह होता. यामागचा हेतू मनोरंजन नसून भाषेचं समृद्ध रूप पाहण्याचा हेतू स्पष्ट होता. त्यामुळे भाषेविषयीची आत्मीयता राजा व प्रजा दोघांमध्येही वाढण्याच्या दृष्टीने व भाषेचा विकास होण्यास मदत तर होत होतीच. या शिवाय भाषेविषयीची आत्मीयता अधिकाधिक वाढीस लागत होती. अशा स्वरूपाच्या ह्या भरलेल्या राजदरबारात कार्यक्रमानंतर त्या साहित्यिकाचा यथोचित सत्कारसुद्धा केला जात होता. आज मराठी भाषेच्या उत्कर्षाकरिता अनेक प्रयत्न केले जात आहेत. उत्कृष्ट साहित्यकृतीला पुरस्कार देऊन गौरविलेसुद्धा जात आहे.

परंतु एक गोष्ट प्रकर्षाने जाणवते ती म्हणजे ज्या उत्कृष्ट साहित्यकृतीला पुरस्कार दिल्याला जातो मग पुन्हा मात्र त्या साहित्यिकास राजदरबारात आपलं पुरस्कृत साहित्य मांडण्याचं भाग्य लाभत नाही. मराठी भाषेच्या गुणगौरवासाठी आजच्या राजदरबारात म्हणजे विधानसभा व विधानपरिषदेत असं साहित्य मांडण्याची संधी दिल्यास खऱ्या अर्थाने मराठी भाषेचा गौरव होऊन भाषेचे महत्त्व राजकीय

पुढाऱ्यांना तथा जनतेलासुद्धा कळल्याशिवाय राहणार नाही. केवळ मराठीतून शपथ घेतली म्हणजे मराठीचा विकास झाला असे नाही... किंवा भाषेचा आदर केला असे नाही... सर्वांगाने राजदरबारात मराठी भाषेचा विकासाच्या दृष्टीने प्रयत्न केल्यासच मराठी भाषेला महत्त्व प्राप्त होईल, हेही तेवढेच खरे.

म्हणूनच स्वातंत्र्यानंतरच्या झालेल्या अखिल भारतीय साहित्य संमेलनाससुद्धा अधिक महत्त्व प्राप्त झाल्याने या संमेलनाध्यक्षांच्या कार्यप्रणालीकडे साहित्यप्रेमींचे विशेष लक्ष असल्याचे निदर्शनास येते. या साहित्य संमेलनाच्या माध्यमातून मराठी भाषिकांच्या व भाषेच्या संदर्भातील चुका शोधून त्या दुरुस्त करून मराठी भाषा अधिकाधिक लोकप्रिय कशी होईल याकडे साहित्यिकांनी लक्ष दिल्याने या साहित्य संमेलनाच्या आयोजनामागचा हेतू साध्य झालेला दिसतो.

अशा या संदर्भात स्वातंत्र्यानंतरची झालेली अखिल भारतीय साहित्य संमेलनाची कामगिरी व अध्यक्षीय भाषणात घेतलेल्या विषयांचा परामर्श व साहित्य संमेलनाच्या माध्यमातून मराठी भाषेचे भावविश्व, तसेच मानवी जीवनातील विविध पैलूंवर यथार्थ चिंतन व्हावे एवढीच एक अपेक्षा ठेवून स्वातंत्र्यानंतरची झालेली अखिल भारतीय साहित्य संमेलनाची कामगिरीबद्दलचा हा लेखप्रपंच असून ही माहिती दै. लोकसत्तामधील लेखांचा आधार घेऊन साधी व समजेल अशा सुलभ भाषेत परामर्ष घेतला आहे.

नरहर रघुनाथ फाटक
१९४७, हैदराबाद

हैद्राबाद येथे १९४७ मध्ये झालेल्या ३१ व्या अखिल भारतीय साहित्य संमेलनाचे अध्यक्षपदाकरिता नरहर रघुनाथ फाटक यांची निवड करण्यात आली. न. र. फाटक हे इतिहासाचे चिकित्सक अभ्यासक, व्यासंगी ग्रंथकार, चरित्रकार व संशोधक म्हणून त्यांची ख्याती होती. त्यांच्या असामान्य स्मरणशक्तीमुळे तज्ज्ञांची मात्रा चालत नसे.

फाटक हे मूळ कोकणातील कसोपचे परंतु ते पुढे भोर संस्थानात जांभळी येथे स्थायिक झाले. रानडे चरित्रग्रंथातून त्यांनी विधवा स्त्रियांची फरफट कशी होत होती त्याबद्दल सविस्तर अशी माहिती दिली. ते न्यायमूर्ती रानडेंचे मोठे अभिमानी होते. कारण त्यांनीच फाटकांना वाचन व अभ्यासाची एक दिशा दिली. १९१५ मध्ये ते तत्त्वज्ञान घेउन बी. ए. ची परीक्षा पास झाले.

मुंबईच्या 'इंदुप्रकाश' दैनिकात वृत्तपत्र व्यवसाय केला. त्यांचा पहिला लेख १९१८ मध्ये प्रकाशित झाला. नंतर ते 'नवाकाळ' मध्ये लिहू लागले. सुरुवातीस ते भारतीय महिला महाविद्यालयात १९३५ मध्ये प्राध्यापक म्हणून काम करू लागले. इथे त्यांनी दोन वर्ष नोकरी केली त्यानंतर राम नारायण रुइया कॉलेजमध्ये त्यांची नेमणूक झाली. २० वर्ष त्यांनी अध्यापनाचे कार्य केले. १९६० मध्ये सरकार नियुक्त स्वातंत्र्येतिहास समितीचे ते मुख्य संपादक झाले व त्यांच्या याच कारकिर्दीत स्वातंत्र्येतिहासाचे ७ खंड प्रसिद्ध झाले. नियतकालिकातून त्यांनी विविध विषयांवर लेखन करून समाजप्रबोधन केले.

६० वर्षे त्यांनी ग्रंथलेखनाचे कार्य अविरतपणे सुरू ठेवले. विविध विषयांची पुस्तके लिहून त्यांनी मराठी वाङ्मयात भर टाकली. १९४१ मध्ये झालेल्या पत्रकार परिषदेचे अध्यक्षपद भूषविले. हैद्राबाद येथे १९४७ मध्ये झालेल्या ३१ व्या अखिल भारतीय साहित्य संमेलनातील त्यांनी अध्यक्षीय भाषणात साहित्य, संस्कृती, नियतकालिकाचे महत्त्वाचे कार्य, महाराष्ट्राचे एकीकरण इ. विषयी आपले मत प्रकट केले.

शंकर दत्तात्रय जावडेकर
१९४९, पुणे

सत्याग्रही समाजवादाचे आचार्य, गांधीवादाचे भाष्यकार व थोर विचारवंत आचार्य शंकर दत्तात्रय जावडेकर यांची पुणे येथे १९४९ मध्ये झालेल्या ३२ व्या अखिल भारतीय मराठी साहित्य संमेलनाचे अध्यक्ष म्हणून निवड झाली होती. थोर विचारवंत आचार्य शंकर दत्तात्रय जावडेकरांचे मॅट्रिकपर्यंतचे शिक्षण कोल्हापूर येथे झाले व पुढील बी. ए. पर्यंतचे शिक्षण पुण्याच्या डेक्कन कॉलेजमध्ये पूर्ण केले. एम. ए. चे शिक्षण पूर्ण करीत असतानाच ते महात्मा गांधींच्या असहकाराच्या चळवळीत दाखल झाले. सत्याग्रहात सहभाग असल्याने त्यांना तुरुंगवास भोगावा लागला. मुंबईत निघालेल्या 'नवशक्ती' या काँग्रेस पत्राचे संपादकत्त्व त्यांच्याकडे आले. नंतर महाराष्ट्र काँग्रेस पक्षातर्फे 'लोकशक्ती' या दैनिकाचे मुख्य संपादक म्हणून चांगली कामगिरी बजावली. याचा पक्षासाठी एक मार्गदर्शक म्हणून फायदा झाला व महाराष्ट्राला गांधीजींच्या तत्त्वज्ञानाची वैचारिक ओळख करून दिली. खरं तर त्यांनी लिहिलेला 'आधुनिक भारत' हा ग्रंथ म्हणजे

महाराष्ट्राच्या राजकारणाची एक आधुनिक गीता आहे. आचार्य जावडेकरांनी १६ पुस्तके लिहिली. विविध नियतकालिकांतून २०० च्या वर राजकीय व वैचारिक लेख लिहिले. १९४९ मध्ये पुणे येथे झालेल्या अखिल भारतीय मराठी साहित्य संमेलनात अध्यक्षीय भाषणातून राजकीय तत्त्वप्रणाली विस्तृतपणे मांडून सत्याग्रही समाजवाद हाच आजचा युगधर्म आहे, असे प्रतिपादित केले.

यशवंत दिनकर पेंढारकर
१९५०, मुंबई

'महाराष्ट्रकवी' म्हणून ज्यांची ओळख होती असे कवी यशवंत दिनकर पेंढारकर यांची १९५० मध्ये मुंबई येथे झालेल्या ३३ व्या अखिल भारतीय मराठी साहित्य संमेलनाचे अध्यक्ष म्हणून निवड झाली होती. त्यांचे नाव आधुनिक कवितेच्या क्षेत्रात इतके उज्ज्वल होते की, त्यांच्या काव्यशक्तीवर प्रभावित होऊन बडोदे संस्थानने त्यांना 'राजकवी' ही पदवी देऊन सन्मान केला. तर महाराष्ट्र राज्याने त्यांना 'महाराष्ट्रकवी' हा गौरवशाली किताब बहाल केला. कवी यशवंत दिनकर पेंढारकर यांचे जीवनचरित्र म्हणजे त्यांच्या काव्य जीवनाचा इतिहास आहे, त्यांची 'आई' ही कविता अजरामर आहे आणि तिनेच त्यांचे सबंध जीवन काव्यमय करून टाकल्याचे बोलले जाते. त्यांनी एकंदर ३४ पुस्तके लिहिली. त्यातली २१ काव्ये असून बाकीचे गद्य लेखन आहे. त्यांनी 'मित्रप्रेमरहस्य' हा पहिला काव्यसंग्रह प्रसिद्ध केला. १९५० मध्ये मुंबई येथे झालेल्या ३३ व्या अखिल भारतीय मराठी साहित्य संमेलनाचे अध्यक्ष होण्याचा बहुमान त्यांना मिळाला. 'पद्मभूषण' ही पदवी १९६१ मध्ये त्यांना बहाल करण्यात आली.

अनंत काकबा प्रियोळकर
१९५१, कारवार

१९५१ मध्ये कारवार येथे झालेल्या ३४ व्या अखिल भारतीय मराठी साहित्य संमेलनाचे अध्यक्ष होण्याचा बहुमान प्राचीन वाङ्मयाचे चिकित्सक संशोधक, भाषाशास्त्रज्ञ अनंत काकबा प्रियोळकर यांना मिळाला. १९२३ मधे ते

बी. ए. पास झाले. कॉलेजमध्ये असतानाच त्यांचे लेखन सुरू झाले होते. 'अरुणोदय बी. ए.' या नावानं त्यांच्या कविता प्रसिद्ध होत होत्या. १९३५ साली त्यांचा पहिला संशोधनात्मक व पाठचिकित्सात्मक ग्रंथ 'नलदमयंती स्वयंवर' हा प्रसिद्ध झाला. या ग्रंथामुळेच त्यांना संशोधक हे नाव मिळाले. मुंबई विद्यापीठाने या ग्रंथाला पारितोषिक देऊन त्यांचा गौरव केला.

'मुंबईचा वारसा', 'प्रिय अप्रिय', 'गोमंतकाची सरस्वती', ही त्यांची पुस्तके संशोधनाचे उत्कृष्ट नमुने होत. याबरोबरच त्यांनी काही आत्मचरित्रेसुद्धा प्रसिद्ध केली. त्यांच्या ग्रंथांची एकूण संख्या ५३ असून त्यापैकी २४ संपादित केलेली आहेत. आपल्या अध्यक्षीय भाषणात जुन्या दुर्मिळ हस्तलिखितांच्या संग्रहाची योजना मराठी भाषिकांना सादर केली.

कृष्णाजी पांडुरंग कुलकर्णी
१९५२, अमळनेर

१९५२ मध्ये अमळनेर येथे झालेल्या ३५ व्या अखिल भारतीय मराठी साहित्य संमेलनाचे अध्यक्ष होण्याचा बहुमान भाषाशास्त्र आणि व्याकरण या क्षेत्रातील मराठीतले थोर महापंडित, प्रतिभाशाली वाङ्मय समीक्षक व इतिहास संशोधक कृष्णाजी पांडुरंग कुलकर्णी यांना मिळाला. त्यांच्या ग्रंथाद्वारे विसाव्या शतकात मराठी भाषेला प्रतिष्ठा मिळाली. कृष्णाजी पांडुरंग कुलकर्णी यांचे मूळ गाव कऱ्हाड तालुक्यातील ओंड गाव. राजाराम व फर्ग्युसन कॉलेजमधून ते १९१६ मध्ये बी. ए. झाले. साताऱ्यास असताना त्यांनी एम. ए. ची पदवी संपादन केली.

अहमदाबाद येथे गुजराथ कॉलेजात संस्कृतचे प्राध्यापक म्हणून त्यांची नेमणूक झाली. त्यांचे ग्रंथलेखन १९२५ पासून सुरू होते. त्यांनी त्या वर्षी 'भाषाशास्त्र व मराठी भाषा' हा पहिला ग्रंथ प्रसिद्ध केला. १९५० मध्ये ते मुलुंड येथे टोपीवाला आर्ट्स कॉलेजचे प्राचार्य झाले. ३५ व्या अखिल भारतीय मराठी साहित्य संमेलनाचे अध्यक्षीय भाषणात त्यंनी मराठी भाषिकांचे एकत्रीकरण व भाषिक प्रांतरचनेवर भर दिला.

विठ्ठल दत्तात्रय घाटे
१९५३, अमदाबाद

१९५३ मध्ये अहमदाबाद येथे झालेल्या ३६ व्या अखिल भारतीय मराठी साहित्य संमेलनाचे अध्यक्षपदाची माळ ज्येष्ठ कवी, विचारवंत, ललित लेखक तसेच शिक्षणशास्त्रज्ञ म्हणून ज्यांची ख्याती होती त्याचप्रमाणे मुंबई सरकारच्या शिक्षणखात्यात अनेक अधिकारपदे भूषविली होती, असे नामवंत विठ्ठल दत्तात्रय घाटे यांच्या गळयात पडली होती. कवी वि. द. घाटे यांची साहित्यसंपदा मोजकीच असली तरी जी होती ती अत्यंत लक्षणीय व वैशिष्ट्यपूर्ण होती. इंदूरची इंग्लिश मदरसा ते होळकर कॉलेज हा त्यांचा एम. ए. परीक्षेपर्यंतचा यशस्वी शैक्षणिक प्रवास. नंतर ते ग्वालेर येथे शिक्षण खात्यात इन्स्पेक्टर झाले. १९२४ मध्ये बी. टी. परिक्षेत पास झाले तेव्हा प्र. के. अत्रे व कृ. पां. कुलकर्णी हे त्यांचे सहअध्यायी होते. नंतर ते लंडनला जाऊन तेथील अी. डी. सारख्या शिक्षणशास्त्राच्या पदव्या संपादन केल्या. शिक्षकांच्या वेतनाची चौकशी करण्यासाठी जी घाटे - परुळेकर समिती स्थापन झाली होती, तिने शिक्षकांना वेतनवाढ दिली. शिक्षण खात्यातील अनेक अधिकारपदे भूषवून शेवटी ते उपसंचालक म्हणून निवृत्त झाले. रविकिरण मंडळात जाण्यापूर्वी ते 'मधुकर' या टोपण नावाने कविता लिहीत होते. माधव ज्युलियन व त्यांचा १९२४ मध्ये संयुक्त काव्यसंग्रह प्रसिद्ध झाला तो 'मधुमाधव' या नावाने. ते मुंबई विधान सभेचे सदस्य होते. 'काही म्हातारे व एक म्हातारी', 'पांढरे केस हिरवी मने' ही त्यांची व्यक्तिचित्रे गाजलेली होती. ३६ व्या अखिल भारतीय मराठी साहित्य संमेलनात अध्यक्षीय भाषणातून त्यांनी महाराष्ट्र व गुजराथ, भारताच्या चौदा भाषा, संयुक्त महाराष्ट्र, अशा विविध प्रश्नांचा परामर्श घेतला.

लक्ष्मणशास्त्री जोशी
१९५४,

१९५४ मध्ये दिल्ली येथे झालेल्या ३७ व्या अखिल भारतीय मराठी साहित्य संमेलनाचे अध्यक्ष तर्कतीर्थ लक्ष्मणशास्त्री जोशी यांनी भूषविले. स्वातंत्र्यसैनिक व आधुनिक दृष्टीचे थोर विचारवंत म्हणून त्यांची ख्याती होती. लक्ष्मणशास्त्री

अ. भा. मराठी साहित्य संमेलने : दृष्टिक्षेप / ४१

जोशी हे मूळचे खानदेशातले. त्यांचा जन्म २८ जानेवारी १९०१ ला पिंपळनेर येथे झाला. १९१८ मध्ये न्यायशास्त्राचा अभ्यास त्यांनी काशीस पूर्ण केला. १९२२ मध्ये कलकत्याच्या संस्कृत महाविद्यालयाची तर्कतीर्थ ही पदवी संपादन केली.

१९३० मध्ये त्यांनी कायदेभंगाच्या चळवळीत भाग घेतला. त्यामुळे त्यांना कारावास झाला. १९३३ ला त्यांनी महात्मा गांधीजींची भेट येरवडा तुरुंगात घेतली व अस्पृश्यता निवारणासंबंधी चर्चा केली. अस्पृश्यता ही धर्मबाह्य असल्याचे पटवून दिले. महाराष्ट्र सरकारने साहित्याची जपणूक करण्याच्या हेतूने सुरू करण्यात आलेल्या साहित्य संस्कृती मंडळाचे अध्यक्षस्थान देण्यात आले. ते या पदावर मंडळाचे बरेच वर्ष राहिले.

त्यांनी भारतीय राज्यघटनेचे संस्कृत भाषेमध्ये भाषांतर 'संविधान' या नावाने केले. 'राष्ट्रीय पंडित' ही पदवी १९७३ मध्ये, तर 'पद्मभूषण' ही पदवी १९७६ त्यांना देऊन त्यांचा सत्कार करण्यात आला. तसेच १९७५ मध्ये मुंबई विद्यापीठाने त्यांना एलएल. डी. ही सन्मान्य पदवी देऊन त्यांचा गौरव करण्यात आला. रशिया, जपान, अमेरिका, फ्रान्स इ. विविध देशांना त्यांनी भेटी दिल्या. त्यांच्या 'वैदिक संस्कृतीचा विकास' या ग्रंथाला साहित्य अकादमीचे पारितोषिक मिळाले आहे.

३७ व्या अखिल भारतीय मराठी साहित्य संमेलनात, अध्यक्षीय भाषणातून त्यांनी 'लोकहितवादी गोपाळराव देशमुख व ज्योतिराव फुले हे दोघे धार्मिक व सामाजिक सुधारणेचा विचार करणारे ह्या नवयुगाचे पहिले पुरुष होत. लोकहितवादींचा विचार व फुले यांचा आचार सामर्थ्यशाली होता. अवनत व दलितवर्गाची प्रक्षुब्ध जाणीव व मूलगामी सामाजिक परिवर्तनाची आकांक्षा यांचे भारतातील पहिले प्रतीक फुले होत. मध्यमवर्गीय सुधारणेची चळवळ लोकहितवादींच्या वैचारिक लेखनापासून सुरू झाली. धार्मिक व सामाजिक विचारांचा विकास ब्रह्मोसमाजाच्या महाराष्ट्रातील शाखेने केला आहे.

न्या. रानडे, डॉ. भांडारकर इत्यादिकांच्या प्रयत्नांनी या चळवळीला रूप आले. या चळवळीमुळे ज्या क्रिया व प्रतिक्रिया उत्पन्न झाल्या त्यातच महाराष्ट्रातील आधुनिक वाङ्मयाची चळवळ वाढीस लागली. तसेच प्रादेशिक भाषा, संस्कृती व साहित्य यांचा परस्पर संबंध इ. महत्त्वाच्या विषयावर त्यांनी विस्तृत विवेचन केले.

शंकर दामोदर पेंडसे
१९५५, पंढरपूर

संत वाङ्मयाचे गाढे अभ्यासक तथा प्रभावी वक्ते असे ख्यातीप्राप्त शंकर दामोदर पेंडसे यांची पंढरपूर येथे झालेल्या १९५५ मधील ३८व्या अखिल भारतीय मराठी साहित्य संमेलनाचे अध्यक्ष म्हणून निवड करण्यात आली होती. नारायण दासो बनहट्टी यांच्याकडे ते संस्कृत शिकले. कलकत्याची 'वेदान्ततीर्थ' ही पदवी मिळविली. बी. ए. ची पदवी त्यांनी दिल्लीच्या हिंदू कॉलेजमधून पूर्ण केली. लाहोरच्या सनातन धर्म कॉलेजात प्राच्यविद्येचा अभ्यास करून एम. ओ. एल. (प्राच्यविद्यापारंगत) ही पदवी संपादन केली. नागपूरच्या हिस्लॉप महाविद्यालयात त्यांची प्राध्यापक म्हणून १९२७ ला नेमणूक झाली. नंतर ते एम. ए. झाले. १९३९ ला त्यांनी 'ज्ञानेश्वरांचे तत्त्वज्ञान' हा प्रबंध लिहून पीएच. डी. मिळविली. त्यांनी आयुष्यभर संतवाङ्मयाचा अभ्यास केला व अनेक ग्रंथ लिहिले. त्यामधील 'महाराष्ट्राचा इतिहास', 'ज्ञानेश्वरीचा अभ्यास', 'मराठी संत काव्य आणि कर्मयोग', 'वैदिक वाङ्मयातील भागवत धर्माचा विकास', 'साक्षात्कारी तुकाराम' इ. पुस्तकांचा अंतर्भाव आहे. ३८व्या अखिल भारतीय मराठी साहित्य संमेलनात त्यांनी अध्यक्षीय भाषणातून संतवाङ्मयाचा परामर्श घेतला.

अनंत आत्माराम काणेकर
१९५७, औरंगाबाद

१९५७ मध्ये औरंगाबाद येथे पार पडलेल्या ३९व्या अखिल भारतीय मराठी साहित्य संमेलनाचे अध्यक्ष म्हणून सुप्रसिद्ध कवी, लेखक, पत्रकार अनंत आत्माराम काणेकर यांची निवड झाली होती. अनंत काणेकरांचे वैशिष्ट्य असे की, ते वकिलीची परीक्षा देऊनही वकिलीच्या व्यवसायात न पडता ते पत्रकार व प्राध्यापक झाले. नाटककार म्हणून त्यांची साहित्यक्षेत्रात ओळख होती. अनंत काणेकरांचे मूळ गाव मालवण. त्यांनी १९२७ मध्ये बी.ए. पदवी घेतली १९३० मध्ये एल. एल. बी. पास झाले. याच कालावधीत त्यांनी 'नवजात' नावाचे दैनिक काढले. परंतु ते अल्पावधीतच बंद पडले. शाळेत असतानाच

अ. भा. मराठी साहित्य संमेलने : दृष्टिक्षेप / ४३

त्यांनी काव्यलेखनाला सुरुवात केली होती. 'चांदरात आणि इतर कविता' हा त्यांचा पहिला काव्यसंग्रह. १९३५ मध्ये ते 'चित्रा' साप्ताहिकाचे संपादक झाले. १९४१ मध्ये त्यांनी 'आशा' साप्ताहिक काढले. त्यांनी लंडन, रशिया ही विदेशवारीसुद्धा केली. विदेशातून परत आल्यानंतर 'धुक्यातून लाल ताऱ्याकडे' हे पहिले प्रवास वर्णन लिहिले. १९४१ मध्ये खालसा कॉलेजमध्ये मराठीचे प्राध्यापक म्हणून त्यांची नियुक्ती झाली. नंतर ते १९४७ मध्ये सिद्धार्थ कॉलेजमध्ये गेले. त्यांनी अध्यापनाबरोबर नाट्यलेखन व लघुनिबंध लेखन सुरूच ठेवले. 'पिकली पाने', 'शिंपले आणि मोती', 'उघड्या खिडक्या', 'तुटलेले तारे', इ. संग्रह; तर 'निळे डोंगर तांबडी माती', इ. प्रवासवर्णने प्रसिद्ध आहेत.

आत्माराम रावजी देशपांडे
१९५८, मालवण

१९५८ मध्ये मालवण येथे पार पडलेल्या ४० व्या अखिल भारतीय मराठी साहित्य संमेलनाचे अध्यक्ष म्हणून आत्माराम रावजी देशपांडे यांची निवड झाली होती. ते कवी 'अनिल' या टोपण नावाने प्रसिद्ध होते. कवी 'अनिल' हे मूळचे वऱ्हाडचे. त्यांचा जन्म ११ सप्टेंबर १९०१ ला मूर्तिजापूर येथे झाला. त्यावेळची उमरावती आणि आत्ताची अमरावतीच्या हिंदू हायस्कूल मधून ते अलाहाबाद विद्यापीठाची मॅट्रिकची परीक्षा १९१९ ला उत्तीर्ण झाले. त्यांचा प्रेमविवाह झाला होता. पुढे निवडक प्रेमपत्रे १९७२ ला 'कुसुमनिल' या नावाने प्रसिद्ध झाली. १९२५ मध्ये त्यांनी एल. एल. बी. पूर्ण केल्यावर ठगावतीला वकिली सुरू केली. काही दिवस वकिली केल्यानंतर त्यांची हुशंगाबाद येथे सबजज्ज म्हणून नेमणूक झाली. 'फुलवात' हा त्यांचा पहिला काव्यसंग्रह. मराठी साहित्य परिषदेचे अध्यक्ष म्हणून ते निवडून आले होते. अध्यक्षीय भाषणात त्यांनी संयुक्त महाराष्ट्राचा सांस्कृतिक पाया भरभक्कम करावयाचा असेल तर आपल्याला 'महाराष्ट्रधर्म' काय आहे हे सूक्ष्मपणे पाहिले पाहिजे' व त्याला शोभेसे महाराष्ट्रीय चरित्र घडविले पाहिजे' अशा स्वरूपाचे मार्गदर्शन केले.

श्री. के. क्षीरसागर
१९५९, मिरज

१९५९ मध्ये मिरज येथे पार पडलेल्या ४१ व्या अखिल भारतीय मराठी साहित्य संमेलनाचे अध्यक्ष म्हणून उर्दू शायरीचे अभ्यासक व व्यासंगी लेखक श्रीकृष्ण केशव क्षीरसागर यांची निवड. श्री. के. क्षीरसागर यांचा जन्म सातारा जिल्ह्यातील खंडोबाची पाल या गावी झाला. विशेष बाब म्हणजे मोरोपंतांच्या हजार आर्या त्यांच्या पाठ होत्या. कर्नाटक कॉलेज व पुण्याचे फर्ग्युसन कॉलेज या दोन कॉलेजात त्यांचे बी. ए. पर्यंतचे शिक्षण पूर्ण झाले. पुढे त्यांनी घरच्या परिस्थितीमुळे महाराष्ट्र एज्युकेशन सोसायटीच्या भावे स्कूलमध्ये शिक्षकाची नोकरी स्वीकारली नंतर त्याच सोसायटीच्या कॉलेज मध्ये ते मराठीचे प्राध्यापक झाले व खऱ्या अर्थाने जीवनाला स्थर्य मिळाले. मुंबईच्या 'लोकसत्ता' साप्ताहिकामध्ये 'श्री. के. क्षी.' या नावाने सात वर्ष सतत प्रासंगिक लेख लिहिले. 'राक्षसविवाह' ही त्यांची पहिली कादंबरी. सागर मंथन इ. त्यांनी स्फुट लेखांचे संग्रह प्रसिद्ध झाले. त्यांना अनेक मानसन्मान मिळाले. १९५१ मध्ये बडोद्याच्या वाङ्मय परिषदेचे अध्यक्ष होते. मिरज येथे पार पडलेल्या ४१ व्या अखिल भारतीय मराठी साहित्य संमेलनाचे अध्यक्षीय भाषणातून त्यांनी नीतीचे मूळ सौंदर्य भावनेतच, भाषिक स्वायत्तता व भारतीय एकता, राजाश्रय इ. विषयांचा सखोल परामर्श घेण्यात ते यशस्वी झाले.

रामचंद्र श्रीपाद जोग
१९६०, ठाणे

१९६० मध्ये ठाणे येथे पार पडलेल्या ४२ व्या अखिल भारतीय मराठी साहित्य संमेलनाचे अध्यक्ष म्हणून रामचंद्र श्रीपाद जोग यांची निवड झाली. रामचंद्र श्रीपाद जोग यांची ग्रंथरचना विपुल नसली तरी मात्र जी ग्रंथसंपदा प्रकाशित झाली आहे ती अभ्यासू वाचकांना नवी दृष्टी देणारी मार्गदर्शक आहे एवढे मात्र निश्चित. 'अभिनव काव्य प्रकाश', 'सौंदर्यशोध आणि आनंदबोध', 'मराठी वाङ्मयाभिरु'ची हे तीन ग्रंथ मराठी वाङ्मयाची भूषणे असल्याचे सांगितले जाते. प्रा. जोग यांचे वडील संस्कृत तज्ज्ञ होते. प्रा. जोग यांचा जन्म कोल्हापूर जिल्ह्यात

गडहिंग्लज येथे झाला. त्यांचे प्राथमिक शिक्षण अक्कलकोट येथे पूर्ण झाले. संस्कृत व मराठी विषय घेऊन ते बी. ए. झाले. नंतर त्यांनी संस्कृत विषयात एम. ए. केले. एम. ए. झाल्यावरच त्यांचा साहित्यसेवेला शुभारंभ झाला. ३७ वर्ष त्यांनी कॉलेजमध्ये अध्यापनाचे कार्य केले. निवृत्तीनंतर पुणे विद्यापीठात विशेष अध्यापक म्हणून त्यांची नेमणूक केली. 'ज्योत्स्नागीत' व 'निशागीत' ही प्रणयकाव्ये लिहिली. प्रा. जोग यांना साहित्यक्षेत्रात मानाचे स्थान मिळाले ते 'अभिनव काव्य प्रकाश' या विवेचनात्मक ग्रंथ लेखनामुळे. यानंतर पुढे त्यांनी १४ ग्रंथ लिहिले व 'साहित्य परिषदेचा इतिहास' या ग्रंथावलीच्या ३ व ४ या खंडांचे व इतर १० ग्रंथांचे संपादन केले. ४२ व्या अखिल भारतीय मराठी साहित्य संमेलनात अध्यक्षीय भाषणात त्यांनी लेखशुचिता, मराठी वाङ्मयाच्या इतिहासाची आवश्यकता, ललित वाङ्मय इ. विषयांचा परामर्श घेतला.

कुसुमावती देशपांडे
१९६१, ग्वाल्हेर

१९६१ मध्ये ग्वाल्हेर येथे पार पडलेल्या ४३ व्या अखिल भारतीय मराठी साहित्य संमेलनाच्या अध्यक्षा म्हणून कुसुमावती देशपांडे यांची निवड झाली. कुसुमावती देशपांडे ह्या इंग्रजीच्या प्राध्यापिका व कथालेखिका म्हणून सुपरिचित होत्या. त्यांचा जन्म अमरावतीमध्ये सधन घराण्यात झाला. त्यांचे मूळ नाव कुसुम जयवंत. त्यांचे वडील उमरावती येथे प्रसिद्ध वकील होते. फर्ग्युसन कॉलेजमध्ये असताना उमरावतीचे आ. रा. देशपांडे उर्फ कवी 'अनिल' यांची भेट १९२१ मध्ये कुसुम जयवंत यांच्याशी झाली. त्या ओळखीचे रूपांतर प्रेमभावनेत व पुढे प्रेमविवाह झाला. त्या काळात परस्परांना लिहिलेल्या निवडक प्रेमपत्रांचा संग्रह १९७२ मध्ये 'कुसुमानिल' या नावाने प्रसिद्ध झाला. कुसुम देशपांडे त्यांनी नागपूर विद्यापीठातून बी. ए. ची परीक्षा उत्तीर्ण झाल्या. दोन वर्षांनी त्या लंडन युनिव्हर्सिटीच्या बी. ए. (ऑनर्स) झाल्या. इंग्लंडहून परत आल्यानंतर १९२९ मध्ये त्यांचा आ. रा. देशपांडे यांच्यासोबत विवाह झाला. नागपूरच्या मॉरिस कॉलेजमध्ये इंग्रजीच्या असिस्टंट प्रोफेसर म्हणून अध्यापन कार्य केले. 'दीपकाळ' व 'दीपदान' हे त्यांचे दोन कथासंग्रह. 'मराठी कादंबरीचे पहिले शतक' हा समालोचनात्मक ग्रंथ, रमाबाई रानडे यांच्या 'आमच्या आयुष्यातील आठवणी' या पुस्तकाचे इंग्रजी भाषेमध्ये भाषांतर केले. त्यांची साहित्यसेवा लक्षात घेऊन ४३ व्या अखिल भारतीय मराठी साहित्य संमेलनाच्या

अध्यक्षा म्हणून कुसुमावती देशपांडे यांची निवड झाली. त्यांनी आपल्या अध्यक्षीय भाषणातून महाराष्ट्राची संस्कृती व मराठी भाषा याचा कसा समन्वय घडवून आणता येईल यांचे विवेचन केले. विशेष बाब म्हणजे पति-पत्नीने अखिल भारतीय मराठी साहित्य संमेलनाचे अध्यक्षपद विभूषित करण्याचा हा पहिलाच अपूर्व योग ठरला.

नरहर विष्णू गाडगीळ
१९६२, सातारा

१९६२ मध्ये सातारा येथे पार पडलेल्या ४४ व्या अखिल भारतीय मराठी साहित्य संमेलनाच्या अध्यक्षपदाची माळ नरहर विष्णू गाडगीळ या व्यासंगी ग्रंथकार व मुत्सद्दी राजकारणी यांच्या गळ्यात पडली. त्यांच्या घराण्याचे मूळ गाव कोकणात गुहागर जवळ वेळणेश्वर. त्यांचा जन्म राजस्थानातील मल्हारगढ येथे झाला. प्राथमिक शिक्षण मल्हारगढ, सिद्धटेक इ. ठिकाणी झाले. पुण्याच्या नूतन मराठी विद्यालयातून १९१३ मध्ये ते मॅट्रिक झाले. पुढे फर्ग्युसन कॉलेजमधून बी. ए व १९२० मध्ये एल. एल. बी. झाले. त्यांचा कॉंग्रेस मध्ये प्रवेश झाला. नंतर ते पुणे जिल्हा कॉंग्रेस कमिटीचे सचिव झाले. पुढे अध्यक्ष, प्रांतिकचे सभासद, प्रांताध्यक्ष, वर्किंग कमिटीचे सभासद अशा चढत्या क्रमाने पक्षात त्यांचे प्रमोशन होत गेले. कॉंग्रेसच्या प्रत्येक लढ्यात ते सक्रिय असल्याने त्यांना ८ वेळा शिक्षा झाली. एवढेच नव्हे, तर त्यांना साडेसहा वर्ष तुरुंगवास भोगावा लागला. ते १९५७ पर्यंत खासदार होते. १९४७ स्वातंत्र्यानंतरच्या पहिल्या मंत्रिमंडळात वीज, खाणी व पाटबंधारे या खात्याचे मंत्री म्हणून पं. नेहरूंनी त्यांची नियुक्ती केली. या पंचवार्षिक मध्ये त्यांनी अनेक राष्ट्रहितवर्धक कामे केली. १९५८ ते ६२ या काळात ते पंजाबचे राज्यपाल होते. नरहर विष्णू गाडगीळ हे व्यासंगी लेखक होते. त्यांनी जवळपास ३५ पुस्तके लिहिली. त्याचप्रमाणे त्यांनी ललितनिबंधनात्मक पुस्तकेसुद्धा लिहिली. सातारा येथे पार पडलेल्या ४४ व्या अखिल भारतीय मराठी साहित्य संमेलनाचे अध्यक्षीय भाषणातून साहित्य व शासन यांचा समन्वय, समाजाचे सारथ्य करणे हे साहित्याचे उद्दिष्ट अशा विविध विषयांचा परामर्श घेतला असता असे लक्षात येते की स्वातंत्र्यपूर्व व स्वातंत्र्यानंतर झालेल्या अखिल भारतीय मराठी साहित्य संमेलनाचा मराठी भाषेची अभिवृद्धी झाल्याचे व त्याकरिता प्रयत्न केल्याचे निष्पन्न होते, असे प्रतिपादन केले.

विष्णू वामन शिरवाडकर
१९६४, मडगाव

१९६४ मध्ये मडगाव येथे पार पडलेल्या ४५ व्या अखिल भारतीय मराठी साहित्य संमेलनाचे अध्यक्षपद साहित्य अकादमी पुरस्कारप्राप्त नाटककार तथा कवी विष्णू वामन शिरवाडकर ऊर्फ तात्यासाहेब यांनी भूषविले. तात्यासाहेबांचे मूळ गाव नाशिक जिल्ह्यातील पिंपळगाव बसवंत असले तरीही त्यांचे घराणे शिरवाडला स्थायिक झाले. तात्यासाहेबांचे मूळ नाव गजानन रंगनाथ शिरवाडकर, परंतु ते लहानपणीच चुलत घराण्यात दत्तक गेल्यामुळे त्यांचे नाव विष्णू वामन शिरवाडकर झाले व या नावाने परिचित झाले.

वृत्तपत्रलेखन व्यवसायानंतर त्यांनी काव्यलेखन 'कुसुमाग्रज' नावाने काव्यलेखनास सुरुवात केली. त्यांनी जवळपास १७ नाट्यलेखन केले असून त्यांच्या 'नटसम्राट' नाटकाला दिल्लीच्या साहित्य अकादमीकडून १९७४ ला गौरविण्यात आले. नाशिकच्या न्यू इंग्लिश स्कूलमधून १९२९ साली ते मॅट्रिक उत्तीर्ण झाले. बी. ए. ची पदवी त्यांनी १९३४ ला मिळाली. त्यांची पहिली कविता ते मॅट्रिकमध्ये असताना 'बालबोधमेवा' या मासिकात प्रसिद्ध झाली. पुणे विद्यापीठाने १९८५ मध्ये त्यांना डी. लिट. ही पदवी देऊन त्यांच्या सर्वांगीण वाङ्मयसेवेचा गुणगौरव केला. पदवी मिळाल्यानंतर त्यांनी अनेक वृत्तपत्रांत लेखनकार्य केले.

नाशिकच्या 'स्वदेशी' साप्ताहिकात त्यांनी संपादक म्हणून काम पाहिले 'सती सुलोचना' ही चित्रपट कथा लिहिली. 'जीवनलहरी' हा त्यांचा पहिला काव्यसंग्रह ध्रुवमंडळाने प्रसिद्ध केला. १९६४ मध्ये त्यांनी 'दूरचे दिवे' हे पहिले नाटक लिहिले. तर 'वैष्णव' ही त्यांची पहिली कादंबरी होय. 'गर्जा जयजयकार' ही कविता खूपच गाजली. या कवितेवर अडीचशे पानांचे पुस्तक निघाले.

१९५६ मध्ये मालाडचे मुंबई उपनगर साहित्य संमेलनाचे अध्यक्षपदी त्यांची निवड झाली होती. तसेच १९७० मध्ये कोल्हापूर येथे आयोजित केलेल्या नाट्य संमेलनाध्यक्षपदी त्यांची निवड झाली होती. साहित्य क्षेत्रातील त्यांचे योगदान लक्षात घेता १९६४ मध्ये मडगाव येथे झालेल्या अखिल भारतीय साहित्य संमेलनाचे अध्यक्षपद साहित्य क्षेत्रातील या निवडीमुळे

त्यांचा फार मोठा गौरव झाला. त्यांनी मडगाव १९६४ च्या अध्यक्षीय भाषणातून अनेक प्रश्नांची उकल केली त्यापैकी नीती-अनीतीचा विचार मांडताना ते म्हणतात, 'अलीकडच्या काळात बराच वादग्रस्त झालेला अश्लीलतेचा प्रश्नही आपल्याला वाङ्मयीन अनुभवाच्या अनुरोधाने तपासून पाह्यला हवा. अश्लीलतेचा प्रश्न सामाजिक बंधनाचा आहे.

त्याप्रमाणेच अनुभवविषयक प्रामाणिकतेचाही आहे. एखादे लेखन समाजाचे संघटन उद्ध्वस्त करणारे अथवा करू पाहणारे आहे असे ठरले तर त्या लेखनाच्या प्रसारास मनाई करण्याचा अधिकार समाजाला, म्हणजे त्या समाजाच्या शासनसत्तेला असतो. हे तत्त्वत: आणि व्यवहारातही वादातीत आहे. जगात असे कोणतेही सरकार नाही की ज्याने अश्लीलतेसंबंधी कायदे केलेले नाहीत. तेव्हा सरकारला नियंत्रणाचा अधिकार नाही या मुद्द्यावर भांडत बसण्यात अर्थ नाही. हे नियंत्रणाचे स्वरूप कोणते असावे याबाबतीत आपण सरकारला काही सांगू शकतो व साहित्याच्या प्रचलित गरजा आणि नैतिक कल्पनात होणारे बदल यांची चिकित्सा करून सरकारही आपल्या प्रस्थापित भूमिकेचा फेरविचार करू शकते. पूर्वी आपल्याकडे राजसत्तेचे शासन होते.

तेव्हा हा विचार शासकीय कक्षेतील मानला जात होता, असे दिसत नाही. राजसत्तेच्या अगदी अधिष्ठानाजवळ असलेल्या संस्कृत लेखकांनी आणि मराठी शाहिरांनी श्लील-अश्लीलाचे बंधन कोठे पाळलेले नाही.

इंग्रजांच्या अमदानीत सरकारी कारभार लोकशाहीच्या तत्त्वानुसार, सर्वव्यापी झाला आणि ही नियंत्रणे आपल्याकडे आली. ती आता कोणत्या ना कोणत्या स्वरूपात अटळ आहेत, हे ध्यानात घ्यायला हवे. पण, त्याचबरोबर आपण सरकारला हेही सांगायला हवे की, नीती-अनीतीच्या रूढ परंपरागत समजुती (आणि त्याही इंग्रजांनी इकडे आणलेल्या) आता बदलत आहेत आणि या नवीन विचारांच्या अनुषंगाने कायद्याची सुधारणा व अंमलबजावणी व्हायला हवी. सामाजिक जीवनात नीती-अनीतीचे इलाखे नेमके कोणते आहेत याचा नव्याने शोध घ्यायला हवा.

प्रणयसंबंध, मद्यपान, जुगार या किंवा अशा अन्य गोष्टींच्या संबंधातच हातात कुऱ्हाड घेऊन उभी असलेली नीती हे नीतीचे केवळ विकृतच नव्हे, तर अत्यंत दांभिक असे स्वरूप असते. नीती-अनीतीच्या आजच्या कल्पना सोळाव्या शतकातील पापाच्या कल्पनेवर नव्हे, तर न्याय-अन्यायाच्या मूलगामी विचारावर उभारणे आवश्यक झाले आहे.

वामन लक्ष्मण कुलकर्णी
१९६५, सातारा

साहित्य समीक्षक तथा प्रबंधलेखक म्हणून सर्वदूर परिचित असणारे वामन लक्ष्मण उर्फ वा. ल. कुलकर्णी यांची १९६५ ला हैद्राबाद येथे झालेल्या अखिल भारतीय साहित्य संमेलनाकरिता निवड झाली. श्री वा. ल. कुलकर्णी यांच्याबद्दल विशेष सांगायचे झाल्यास व्यक्तिमत्त्वाबरोबर ते वाङ्मयाचा वेध घेत नि:पक्षपाती बुद्धीने मूल्यमापन करीत असत.

प्रा वा. ल. कुलकर्णी सरांचा जन्म ७ एप्रिल १९११ ला खानदेशमधील चोपडा येथे झाला. शालेय शिक्षण नाशिक, तर उच्च शिक्षण मुंबई येथे झाले. १९३५ मध्ये एम.ए. या परीक्षेत 'चिपळूणकर' पारितोषिकाचे ते मानकरी ठरले. नंतर त्यांनी बी. टी. पूर्ण करून १९३६ मध्ये हायस्कूल शिक्षक म्हणून शैक्षणिक कार्याला सुरुवात केली हा त्यांचा प्रवास ८ वर्ष पर्यंत चालला. नंतर १९४४ पासून त्यांनी मराठी विषयाचे प्राध्यापक म्हणून विल्सन कॉलेजात ३२ वर्ष अध्यापनाचे कार्य केले. निवृत्तीनंतर त्यांची मराठवाडा विद्यापीठात औरंगाबाद येथे मराठी विभाग प्रमुख म्हणून नियुक्ती करण्यात आली. त्यानंतर त्यांनी ह्याच पदावर शेवटची तीन वर्ष मुंबई विद्यापीठातसुद्धा काम पाहिले. नंतर त्यांना अमेरिकन वाङ्मयातील नवीन प्रवृत्तीचा अभ्यास करण्यासाठी अमेरिकन सरकारचे निमंत्रण आले होते.

अध्यापन कार्यासोबतच कुलकर्णी सरांची ग्रंथनिर्मिती चालू होती. 'साहित्य शोध आणि बोध'; 'साहित्य आणि समीक्षा'; 'वाङ्मयातील मते आणि मतभेद'. इत्यादी समीक्षाग्रंथाशिवाय 'मराठी कविता जुनी आणि नवी'; 'हरीभाऊची कादंबरी' अशी वेगळ्या धर्तीची ही ग्रंथसंपदा होती.

१९६० मध्ये ते महाराष्ट्र राज्य साहित्य संस्कृती मंडळाचे सदस्य, १९७१ ते १९७४ पर्यंत मराठी साहित्य महामंडळाचे अध्यक्ष, १९५७ च्या औरंगाबाद साहित्य संमेलनात समीक्षा विभागाचे अध्यक्ष, १९५८ च्या मालवण साहित्य संमेलनात कलाविभागाचे अध्यक्ष म्हणून त्यांनी कार्य केले. या सर्व साहित्य कार्याचा गौरव म्हणून १९६५ ला हैद्राबाद येथे झालेल्या अखिल भारतीय साहित्य संमेलनाचे अध्यक्ष होण्याचा त्यांना बहुमान मिळाला. त्यांनी या संमेलनात अध्यक्षीय भाषणातून साधनाभूत साहित्य, जीवन व साहित्य, इत्यादी विषयावर सविस्तरपणे विचार व्यक्त केले.

पु. शि. रेगे
१९६९, वर्धा

साहित्य क्षेत्रात ज्यांची आधुनिक काव्यक्षेत्रात नवकवि म्हणून ख्याती होती असे प्राचार्य पुरुषोत्तम शिवराम परांजपे ऊर्फ पु. शि. रेगे यांनी केलेल्या वाङ्मयीन सेवेबद्दल त्यांना १९६९ मध्ये वर्धा येथे झालेल्या ४८ व्या अखिल भारतीय साहित्य संमेलनाचे अध्यपदाचा सन्मान मिळाला. प्रा. पु. शि. रेगे सरांचा जन्म २ ऑगस्ट १९१० रोजी सुखवस्तू कुटुंबात कराची येथे झाला. त्यांचे वडील कस्टम खात्यात अधिकारी होते. त्यांचे शालेय शिक्षण मुंबईच्या विल्सन हायस्कूलमध्ये झाले. १९३१ मध्ये मुंबई विद्यापीठाची अर्थशास्त्रअंतर्गत बी. ए. ऑनर्स ही पदवी संपादन केली. पुढे १९३४ मध्ये अर्थशास्त्राची पदवी संपादन केली. अर्थशास्त्राचे प्राध्यापक म्हणून अध्यापनाचे कार्य त्यांनी पुण्याच्या वाडिया कॉलेजपासून सुरुवात केली. त्यानंतर अहमदाबादच्या एस. एल. टी. आर्टस कॉलेजमध्ये इतिहासाचे प्राध्यापक म्हणून अध्यापनाचे कार्य केले. त्यानंतर पुढे एल्फिस्टन कॉलेजमध्ये १९६२ ते १९७० पर्यंत त्यांनी प्राचार्य म्हणून काम पाहिले. १९७० मध्ये अध्यापन क्षेत्रातून निवृत्त झाले.

प्रा. पु. शि. रेगे शालेय जीवनापासून गोष्टी व नाटके लिहू लागले होते वयाच्या पंधराव्या वर्षी ते कविता करू लागले. त्यांनी ४० वर्षांच्या अवधीत ४९५ कवितांचे लेखन केले. काव्यलेखनाचे वैशिष्ट्य असे, की काव्य वरून दिसावयास सुबोध वाटले तरी ते दुर्बोध होते. तेवढ्यानेच रेगे यांना नवकवी ही संज्ञा यर्थापणे शोभून दिसेल. प्राचार्य पु. शि. रेगे यांचे साहित्य वैशिष्ट्यपूर्ण होते. त्यांचे 'साधना', 'फुलोरा', 'हिमसेक', 'दोला', 'गंधरेखा' इत्यादी सात काव्यसंग्रह; 'सावित्री', 'अवलोकिता' ह्या दोन कादंबऱ्या; 'रंगपांचालिक', 'कालयवन', 'माधवी' अशी तीन नाटके असून मनवा व रूपकथ्थक हे कथासंग्रह असा हा त्यांचा साहित्य प्रवास होता. १९६९ मध्ये वर्धा येथे झालेल्या ४८ व्या अखिल भारतीय साहित्य संमेलनात अध्यक्षीय भाषणातून विचार व्यक्त करताना ते म्हणाले की, भिन्न परिसरांतील लेखकांनीही एक साहित्यिक पथ्य पाळणे अवश्य आहे हेही या संबंधात नमूद केले पाहिजे. त्यांनी केवळ महाराष्ट्रातील लेखनाच्या नकला करण्याचा प्रयत्न करू नये. ज्या भूमीत आपण राहतो, वावरतो, त्या भूमीचे वैशिष्ट्य आत्मसात करून एक आगळे मराठीपण उभे करण्याचा त्यांनी ध्यास घेतला पाहिजे. मराठी

भाषा आणि साहित्य दोन्ही त्यामुळे अधिक समृद्ध होतील. पूर्वी निजामाच्या राजवटीत बी. रघुनाथ यांनी जे केले आणि आज हैद्राबादेतील ए. वि. जोशी जे करीत आहेत, किंवा पूर्वी माळव्यातील भालचंद्र लोवलेकरांनी जे केले आणि आज धारवाडचे जी. ए. कुलकर्णी जे करीत आहेत त्यांचा आदर्श या लेखकांनी पुढे ठेवला पाहिजे. अजमेरात राहून शिवाजीपार्की किंवा सातारी गोष्ट लिहून भागणार नाही. ती अजमेरची, तिच्या परिसराची गोष्ट झाली पाहिजे. तिकडच्या भूमीत रुजून, बहरलेली गोष्ट झाली पाहिजे. हे असले जिवंत लिखाण मग सर्वांनाच हवेहवेसे होईल.

साहित्यिक, रसिकांना साहित्याचे गमक, आस्वादक साहित्य, संस्कृतीची आवश्यकता, आजच्या कथा-कविता-कादंबऱ्या- आत्मविष्कार अधिकाधिक होत असून ही साहित्याच्या प्रगतिशीलतेची जाण आहे, असे आपण म्हणतो. साहित्यात किंवा कलेत खरा आत्मआविष्कार केव्हा होतो याबाबत त्यांनी आपले विचार मांडले.

ग. दि. माडगूळकर
१९७३, यवतमाळ

बालपणापासून संघर्षाला सामोरे जाऊन आयुष्यात घवघवीत यश संपादन केले असे विख्यात कवी, गीतकार तसेच आज संपूर्ण महाराष्ट्रात गीतरामायणाचे कर्ते म्हणून घराघरात लोकप्रिय असलेले ग. दि. माडगूळकरांचे नाव सर्वश्रुत आहे. असं हे स्वकर्तृत्त्वानं यश संपादन करणारं व्यक्तिमत्त्व!

सुरूवातीच्या काळात त्यांनी विनावेतन काम करण्याच्या अटीवर कोल्हापूरच्या चित्रपटसृष्टीत प्रवेश केला. अत्यंत मेहनत आणि जिज्ञासू वृत्तीने काम करीत असल्यानं चित्रपटसृष्टीत नाव कमाविले. गीतकार, पटकथा लेखक, अभिनेता म्हणून त्यांनी चित्रपटसृष्टी गाजविली. २० आक्टोबर १९७३ रोजी संपन्न होत असलेल्या ४९ व्या अखिल भारतीय साहित्य संमेलनाचे अध्यक्षपद त्यांना बहाल करण्यात आले होते.

ग. दि. माडगूळकर हे माडगूळ या गावचे. हे गाव जिल्हा सांगली व खानापूर तालुक्यातले. वडील बारनिशी कारकून म्हणून औंध संस्थानात नोकरीस होते. त्यांचे प्राथमिक शिक्षण आटपाडी व कुंडल येथे झाले. भवानी श्रीनिवासराव हायस्कूलमध्ये ते मॅट्रिकच्या वर्गापर्यंत पोहोचले. परंतु ते मॅट्रिकची परीक्षा पास होऊ शकले नाहीत. शालेय जीवनापासूनच त्यांना अभिनयाची आवड होती. शाळा शिकत

असताना ही कला त्यांनी अवगत केली. काव्य करण्याची आवड त्यांना लहानपणापासूनच होती. मास्टर विनायकांनी त्यांचे अभिनयाचे कसब पाहून, तसेच बाबूराव पेंढारकरांचे लक्ष वेधल्यामुळे त्यांना लहान-मोठ्या चित्रपटात काम करण्याची संधी उपलब्ध झाली. या संधीचे त्यांनी सोने केले.

पुढे आचार्य अत्रेंच्या 'ब्रह्मचारी' चित्रपटात त्यांनी काम केले. त्यांच्या अंगी अभिनयाची उपजत कला असल्यामुळे चित्रपटसृष्टीत त्यांनी चांगलेच नाव कमविले. त्यांची ख्याती लक्षात घेता नंतर ते काही काळ वि. स. खांडेकरांकडे लेखनिक म्हणून होते. त्यांच्या सहवासात आल्याने त्यांच्या वाचनात अनेक पुस्तके आली. त्यामुळे त्यांच्या ज्ञानात अधिक भर पडली. 'भक्त दामाजी' व 'पहिला पाळणा' या चित्रपटासांठी जी गीत रचना त्यांनी केली होती ती गीते अत्यंत लोकप्रिय झाली. त्यामुळे त्यांचे नाव गाजू लागले. खरं पाहता ते लहानपणापासून काव्य करीत असल्याने काव्याचे अंग असल्याने, त्यांच्या गीतरचना अधिकाधिक बहरत गेल्या. चित्रपटांसाठी त्यांनी असंख्य गीत लेखन केले.

उत्तरोत्तर त्यांची प्रगती होत गेली. के. नारायण काळे यांच्या अधिपत्याखाली त्यांना साहाय्यक दिग्दर्शक म्हणून काम करण्याची संधी प्राप्त झाली. त्यांचे अनेक चित्रपट गाजले. त्यांना अनेक मानसन्मानही प्राप्त झाले. त्यांच्या कथा, कादंबऱ्या आत्मचरित्रही प्रसिद्ध झाले. ग. दि. माडगूळकरांचे कार्य लक्षवेधी ठरले म्हणूनच त्यांना १९६७ मध्ये 'पद्मश्री' हा मानाचा किताब देऊन गौरवण्यात आले. १९५७ ते १९६२ पर्यंत विधान परिषदेचे सभासद म्हणून त्यांनी विधान परिषदेचे काम पाहिले. पन्नासाव्या नाट्य संमेलनाचे ते अध्यक्ष होते. त्यांचे उल्लेखनीय कार्य लक्षात घेता २० आक्टोबर १९७३ यवतमाळ येथे होत असलेल्या ४९ व्या अखिल भारतीय मराठी साहित्य संमेलनाचे अध्यक्ष म्हणून त्यांची निवड करण्यात आली.

संमेलनात अध्यक्षीय भाषणातून त्यांनी लेखनस्वातंत्र्याच्या मर्यादा, साहित्याचे प्रयोजन, उत्कृष्ट काव्य कशाला म्हणावे, साहित्यनिर्मितीचे बीज या व दलित साहित्यासंदर्भातील मतप्रवाह– या व अशा अनेक महत्त्वाच्या विषयांना हात घालून ते म्हणाले,

"महाराष्ट्रात अगदी दूरदूरच्या खेड्यापाड्यांतून साहित्यनिर्मितीची हौस उपाडू लागलेली आहे. ती पूर्णत: प्रफुल्लित होईल असे वातावरण उत्पन्न झाले तर माझ्यासारख्याला आज वाटणारी निराशा पार नाहीशी होईल. दूर खेड्यात वा तालुक्याच्या गावी असलेल्या या उमलत्या साहित्यिकांना नागरी तरुणाइतकी विचित्र निराशा अजून आलेली नसावी. त्या साहित्यिकांना आणि प्रतिभेचे देणे लाभलेल्या

सर्वच तरुणांना मी असे आवाहन करू इच्छितो की, नवसाहित्याच्या लाटेत वाहून जाण्याआधी तुम्ही जुन्या वाङ्मयाचे परिशीलन करा. त्यातले काही तुमच्यातला स्वाभिमान प्रकर्षाने जागृत करील, साहित्यिक नावाच्या हस्तिदंती मनोऱ्यातून तुमच्या मनाला खाली उतरवील.'' असे मत साहित्य व साहित्यिकांसंदर्भात सविस्तरपणे मांडण्यात ते यशस्वी झाले.

पु. ल. देशपांडे
१९७४, इचलकरंजी

विनोदी लेखक तथा अभिजात कलावंत अशी ज्यांची ख्याती महाराष्ट्रभर होती असे विचारवंत लेखक पु. ल. देशपांडे. अनेक क्षेत्रांशी संबंधित असलेले पु. ल. देशपांडे हे साहित्यक्षेत्रापुरतेच मर्यादित नसून चित्रपट, नाट्य, संगीत, इत्यादी क्षेत्रांत मोलाची कामगिरी त्यांनी बजावली आहे. विनोदी लेखक म्हणून त्यांची कीर्ती अफाट होती. साहित्य क्षेत्रातील त्यांची कामगीरी लक्षात घेता १९७४ मध्ये इचलकरंजी येथे होऊ घातलेल्या ५० व्या अखिल भारतीय साहित्य संमेलनाचे अध्यक्ष म्हणून त्यांची निवड करण्यात आली होती.

पु. ल. देशपांडे या थोर साहित्यिकाचा जन्म मुंबईमध्ये झाला. त्यांचे प्राथमिक शिक्षण विलेपार्ले येथे झाले. विलेपार्लेमधीलच टिळक विद्यालयातून मॅट्रिक होऊन जोगेश्वरीच्या इस्माइल महाविद्यालयातून इंटरची परीक्षा देऊन पुढे पुण्याच्या फर्ग्युसन महाविद्यालयात प्रवेश घेतला. याच काळात त्यांनी अभिनयाचासुद्धा अभ्यास केला. १९४२ च्या लढ्यात सामील होऊन चार महिन्यांचा कारावाससुद्धा भोगला. १९४४ मध्ये बी. ए. ची परीक्षा उत्तीर्ण होऊन १९४५ मध्ये त्यांनी शिक्षकाच्या नोकरीस सुरुवात केली. १९४८ला एल. एल. बी, १९५० मध्ये एम. ए. पूर्ण केले. याच काळात त्यांनी नाट्य, चित्रपट, यामध्ये अभिनयाचे काम केले. एवढेच नव्हे, तर उत्कृष्ट हार्मोनियम वादक म्हणून ते प्रसिद्धीस आले होते. असं हे बहुरंगी बहुढंगी व्यक्तिमत्त्व म्हणून परिचित झाले. १९५० मध्ये त्यांनी राणी पार्वतीदेवी महाविद्यालयात दोन वर्ष प्राध्यापक म्हणून काम केले. १९५५ ला आकाशवाणी केंद्रात प्रोड्युसर व नाट्य विभागाचे प्रमुख म्हणून राहिले. आकाशवाणी व दूरदर्शन या माध्यमांशी संलग्न असताना चित्रपटकथा, नाटके लिहिली. १९६० मध्ये ते सरकारी नोकरीतून निवृत्त झाल्यानंतर एकपात्री प्रयोग कार्यक्रमास सुरुवात केली.

नाट्य व चित्रपटामध्ये वठविलेल्या भूमिकेमुळे त्यांच्या कार्यक्रमांना भरपूर यश आले. याचबरोबर त्यांनी प्रवासवर्णने लिहिली. विशेष करून पु. ल. देशपांडेंनी जी अप्रतिम व्यक्तिचित्रे लिहिली होती त्याबद्दल त्यांना साहित्य अकादमीचे पारितोषिक देऊन गौरविण्यात आले. 'व्यक्ती आणि वल्ली', ही व्यक्तिचित्रे महाराष्ट्रभर गाजली. 'बटाटयाची चाळ', 'असा मी असा मी', एकपात्री प्रयोग त्यांनी महाराष्ट्रभर सादर केले. १९६६ मध्ये त्यांना 'पद्मश्री' पुरस्काराने गौरविण्यात आले. म्हणूनच या सर्व क्षेत्रांतील कार्याचा आढावा पाहता त्यांची साहित्य सेवा लक्षात आल्याशिवाय राहत नाही. १९७४ मध्ये झालेल्या इचलकरंजी येथे ५०व्या अखिल भारतीय साहित्य संमेलनाचे अध्यक्षपद स्वीकारून त्यांनी आपल्या अध्यक्षीय भाषणातून लेखनस्वातंत्र्याचा पुरस्कार केला.

दुर्गाबाई भागवत
१९७५, कराड

१९७५ मध्ये कऱ्हाड येथे होणाऱ्या ५१ व्या अखिल भारतीय मराठी साहित्य संमेलनाच्या अध्यक्षपदी आशयघन ललितलेखन, संवेदनक्षम, चिंतनशील वृत्तीची लेखिका, त्याचप्रमाणे लोकसाहित्याची संशोधक म्हणून ज्यांची आज आठवण केली जाते अशा प्रगल्भ विचाराच्या लेखिका दुर्गाबाई भागवतांची निवड करण्यात आली होती. त्यांचा जन्म फेब्रुवारी १९१० ला इंदूरला झाला. वडिलांचा साबणाचा कारखाना होता. त्यांचे प्राथमिक शिक्षण मुंबई, नाशिक येथे झाले. १९२७ मध्ये त्यांनी मॅट्रिकची परीक्षा उत्तीर्ण केली. नंतर संस्कृत व इंग्रजी विषय घेऊन त्या बी. ए. झाल्या.

गांधीजींच्या चळवळीत त्या दाखल झाल्या होत्या. पण त्या काळात त्यांना तुरुंगात जावे लागले नाही. परंतु १९७५ च्या आणीबाणीच्या काळात मात्र त्यांना तुरुंगाची हवा खावी लागली. संशोधनासाठी त्यांनी ६ वर्ष मध्यप्रदेशात वास्तव्य करून आदिवासी समाजाचा अभ्यास केला. एका जंगलात आदिवासीने दिलेल्या सुरणामुळे त्यांना विषबाधा होऊन त्या ४ वर्ष अंथरुणाला खिळून होत्या. याच काळात त्यांनी 'ऋतुचक्र' हे पहिले ललित निबंधाचे पुस्तक लिहिले. त्यांनी निरनिराळ्या प्रांतांच्या लोककथांचे संग्रह प्रसिद्ध केले. याचबरोबर बुद्धाच्या जातककथांचे १० खंड अनुवादित केले. अनुवादित वाङ्मयाबरोबर बालवाङ्मय, कादंबरी, लेखसंग्रहचे

लेखन केले. 'पैस' या लघुनिबंध संग्रहाला साहित्य अकादमीचा पुरस्कारसुद्धा मिळालेला आहे. त्याच्या संशोधनात्मक लेखनाबरोबर लालित्यपूर्ण शैली उल्लेखनीय आहे. अशा या संशोधकवृत्तीच्या लेखिकेच्या साहित्याचा व कार्याचा गौरव करून त्यांना कऱ्हाड येथे ५१ व्या अखिल भारतीय मराठी साहित्य संमेलनाचे अध्यक्षपद बहाल करण्यात आले. हे अध्यक्षपद त्यांनी आनंदाने स्वीकारून साहित्यसंमेलनाच्या अध्यक्ष म्हणून भाषण करताना आणीबाणीविषयीचे मत त्यांनी निर्भीडपणे मांडले होते. कारण त्यावेळी देशात आणीबाणी चालू होती.

पुरुषोत्तम भास्कर भावे
१९७७, पुणे

निरीक्षण, आकलन, आणि अनुभव या त्रिसूत्रीची विलक्षण साधर्म्यता ज्यांच्या लेखणीतून जाणवते, नव्हे, तर अतिशय तेजस्वी लेखनाच्या माध्यमातून मानवाच्या सद्सद्विवेक बुद्धीला जागृत करणारे आणि इंग्रजी भाषेवर प्रभुत्त्व सिद्ध केल्याबद्दल प्राचार्य गार्डिनर यांनी 'भावे स्पीक्स बेटर इंग्लिश दॅन मायसेल्फ' असे प्रशस्तिपत्र मिळविणारे, तसेच विदर्भातल्या विविध गावातल्या शाळेत शिकून नागपूरच्या हिस्लॉप कॉलेजपर्यंत पोहोचून बी. ए.;एल. एल. बी. चे शिक्षण पूर्ण करणारे हिंदूनिष्ठ पुरुषोत्तम भास्कर भावे यांची पुणे येथे १९७७ मध्ये होणाऱ्या ५२ व्या अखिल भारतीय मराठी साहित्य संमेलनाचे अध्यक्ष म्हणून निवड करण्यात आली होती.

पुरुषोत्तम भास्कर भावे यांचे प्राथमिक शिक्षण मलकापूर, पांढूर्णा येथे पूर्ण झाले. पदवीचे शिक्षण त्यांनी मुंबईच्या महाविद्यालयातून पूर्ण केले. १९३६ मध्ये ते नागपूरच्या 'सावधान'मध्ये लिहू लागले. नंतर 'आदेश' हे साप्ताहिक सुरू केले १९४१ ते १९४८ पर्यंत त्यांनी आक्रमकपणे लिहून अनेक शत्रूसोबतचमित्रही निर्माण केले. कडवी हिंदुनिष्ठा व बेगुमान प्रचार असे ते समीकरण होते. 'आदेश' बंद पडले. नंतर ते मुंबईला निघून गेले. ते डोंबिवलीस स्थायिक झाले. कथा, कादंबरी लेखन सुरू केले.'पहिला पाऊस', 'स्वप्न', 'सतरावे वर्ष', 'प्रेम', 'हिमानी', 'ओवाळणी', 'मुक्ती', 'फुलवा', 'सावल्या' या त्यांच्या लोकप्रिय कथा. 'प्रथम पुरुषी एकवचनी', हे आत्मचरित्र. 'महाराणी पद्मिनी', 'स्वामिनी' ही नाटके; 'वाकुल्या'; 'पणत्या'; 'स्मरणी', 'रांगोळी', 'वाघनखे' हे विनोदी लेख. 'रोहिणी', 'दोन भिंती',

‘आग’, ‘अंतराळ’, ‘अकुलिना’ या कादंबऱ्या. ‘रक्त आणि अश्रू’, ‘आदेश विरुद्ध अत्रे’, ‘आनंद सोपान’ हे गाजलेले लेखसंग्रह. कथालेखन हे पु. भा. भावे यांचे बलस्थान जरी असले तरीसुद्धा कादंबरी लेखनही त्यांनी समर्थपणे केले. अंत:करणाच्या भाषेने जीवनविषयक तत्त्वज्ञानाला आलेल्या अनुभवातून चिंतनाची जोड देऊन साहित्याच्या माध्यमातून त्यांनी मांडले.

त्यांच्या या अफाट लेखनामुळे ते चांगलेच प्रसिद्ध झाले. नाट्यलेखनाच्या यशस्वितेमुळे अहमदनगर येथे १९६४ मध्ये ४६ व्या नाट्यसंमेलनाचे अध्यक्षपदाकरिता त्यांची निवड झाली. त्यांनी हे अध्यक्षपद मोठ्या सन्मानाने स्वीकारले. म्हणूनच त्यांची पुणे येथे १९७७ मध्ये होणाऱ्या ५२ व्या अखिल भारतीय मराठी साहित्य संमेलनाचे अध्यक्ष म्हणून निवड झाली. त्यांनी अध्यक्षपद स्वीकारून आपलया अध्यक्षीय भषाणातून वास्तवतेच्या नावावर गलिच्छ, स्वैर व स्वच्छंद लिखाण करणाऱ्यांचा खरपूस समाचार घेतला व इंग्रजीमुळे मराठी भाषेची उपेक्षा व विटंबनेविषयी विस्तृत विवेचन केले.

वामनराव चोरघडे
१९७९, चंद्रपूर

महात्मा गांधींच्या परिवारातील कार्यकर्ते, तसेच लघुकथा लेखनाकरिता प्रसिद्ध असलेले साहित्यिक वामनराव चोरघडे यांची चंद्रपूर येथे होणाऱ्या ५३ व्या अखिल भारतीय मराठी साहित्य संमेलन अध्यक्षपदी निवड झाली होती. वामनराव चोरघडे यांचा जन्म जुलै १९१४ मध्ये नरखेड, जिल्हा नागपूर येथे झाला. परिस्थिती जेमतेम असल्याने वडील कृष्णराव चोरघडे मालगुजाराकडे हिशोब ठेवण्याचे काम करीत होते. आर्थिक परिस्थिती अत्यंत नाजूक असल्याकारणामुळे वामनरावांना वयाच्या आठव्या वर्षापर्यंत शाळेत जाता आलं नाही. त्यांची सुरुवातीची वीस वर्ष अत्यंत कठीण अवस्थेत गेली होती. वामनरावांवर खऱ्या अर्थाने आईने संस्कार केले होते वास्तविक पाहाता चोरघडे हे एके काळचे श्रीमंत घराणे म्हणून नावाजलेले होते. परंतु हा सर्व नियतीचा महिमा म्हणावा लागेल.

वामनराव चोरघडें प्राथमिकपर्यंतचे शिक्षण चंद्रपूर येथून आटोपून नागपूरला मामाकडे शिकायला गेले. अभ्यासात हुशार असल्यामुळे त्यांना शिष्यवृत्ती मिळत होती. नागपूरच्या पटवर्धन हायस्कूलमधून ते १९३२ मध्ये मॅट्रिक उत्तीर्ण झाले.

अभ्यासाबरोबरच त्यांचे व्यायामाकडेही लक्ष होते. म्हणून ते कुस्ती, मल्लखांब यामध्ये प्रवीण होते. विद्यार्थीदशेतच त्यांनी चळवळीमध्ये भाग घेतला असता त्यांची पोलिसाकडून छळही झाला होता. आपल्या नाजूक परिस्थितीशी ते जवळपास १५-१६ वर्ष झगडले. १९३६ मध्ये ते बी. ए. झाला बरोबर नोकरीस लागले व याच काळात त्यांनी लघुकथा लेखनास प्रारंभ केला. 'सुषमा' हा त्यांचा पहिला कथासंग्रह १९३६ मध्ये प्रकाशित झाला. त्याच वर्षी त्यांचा प्रेमविवाहसुद्धा झाला. विवाहानंतर ते महात्मा गांधी यांच्या परिवारात दाखल झाले. त्यामुळे त्यांना विनोबा, काका कालेलकर, जमनालाल बजाज यांच्यासारख्या मोठ्या कर्तृत्ववान लोकांचा सहवास लाभला. १९४४ मध्ये त्यांनी गो. से. महाविद्यालय, वर्धा येथे अर्थशास्त्र व वाणिज्य विषयाचे प्राध्यापक म्हणून अध्यापनाचे काम केले. हे सर्व करीत असताना त्यांनी साहित्य-लेखनाकडे दुर्लक्ष केले नाही. त्यांनी ३० वर्ष कथालेखनाचे कार्य केले. त्यांचे 'हवन', 'यौवन', 'प्रस्थान' इ. ९ कथासंग्रह व 'संपूर्ण चोरघडे' हा १२५ लघु कथांचा संग्रह प्रकाशित झाला. तसेच या लिखाणासोबतच अनुवादाचेही काम केले. महाराष्ट्र विद्यापीठ ग्रंथनिर्मिती संस्थेचे ते संचालक होते. १९६४ पुसद येथे झालेल्या विदर्भ साहित्य संघाच्या २५ व्या अधिवेशनाचे अध्यक्षपद त्यांनी सांभाळले होते. असे हे वैशिष्ट्यपूर्ण, लघुकथासाठी प्रसिद्ध असलेले वामनराव चोरघडे यांनी १९७९ मध्ये चंद्रपूर येथे आयोजित केलेल्या ५३ व्या साहित्यसंमेलनाचे अध्यक्षीय भाषणातून राज्यात मातृभाषा हे सर्व विषयांचे प्रमुख शैक्षणिक माध्यम झाले पाहिजे या विचाराचा पुरस्कार केला होता.

गंगाधर बाळकृष्ण सरदार
१९८०, बार्शी

संतवाङ्मयाचे गाढे अभ्यासक तसेच गांधीवादी साहित्यिक म्हणून परिचित असलेले मराठी वाङ्मयाचे व्यासंगी गंगाधर बाळकृष्ण सरदार यांची १९८० मध्ये बार्शी येथे होणाऱ्या ५४ व्या अखिल भारतीय मराठी साहित्य संमेलनाच्या अध्यक्षपदी प्रचंड बहुमतांनी निवड झाली. महाराष्ट्रातील प्रबोधनाचे प्रवक्ते असणारे गंगाधर सरदार हे परिवर्तनासोबत दलित, आदिवासी व मागासवर्गीय यांच्या उत्थानासाठी त्यांचे कार्य लक्षात घेता त्यांची निवड महत्त्वाची ठरते.

गंगाधर बाळकृष्ण सरदार यांचा जन्म जव्हार, जिल्हा ठाणे येथे झाला. आर्थिक स्थिती अत्यंत सुव्यवस्थित. वडील व्यापारी व सावकार होते. गंगाधर सरदारांच्या वडिलांनी आदिवासी विद्यार्थ्यांकरिता वसतिगृहाची स्थापना केली होती. लहानपणापासून आदिवासी लोकांच्या समाजाशी एकरूप असल्याकारणामुळे त्याचा परिणाम त्यांच्या जीवनावरसुद्धा झाला. मॅट्रिक झाल्यानंतर त्यांनी पुण्याच्या सर परशुरामभाऊ महाविद्यालयात नाव दाखल केले. परंतु समाजकारणाचा लळा असल्यामुळे १९३० मध्ये त्यांनी मिठाच्या सत्याग्रहात भाग घेतला. त्यावेळेस त्यांना सत्याग्रही म्हणून बेळगाव जवळच्या हिंडलगा तुरुंगात ठेवण्यात आले होते. परंतु या कायदेभंगाच्या चळवळीला घरच्यांचा विरोध पाहता त्यांनी परत त्या सत्याग्रहात भाग घेतला नाही. १९३४ मध्ये एम. ए. झाल्यावर ते काही काळ लॉ कॉलेजमध्ये गेले. पण लवकरच त्यांनी कायद्याचा अभ्यास सोडून दिला. त्यांचे पहिले पुस्तक 'अर्वाचीन मराठी गद्याची पूर्वपीठिका' प्रसिद्ध झाले. त्यानंतर 'उपेक्षित मानकरी', संतवाङ्मयाची सामाजिक फलश्रुती' ही ग्रंथसंपदा प्रकाशित झाली. विविध नियतकालिकांमधून त्यांचे ७० च्या आसपास लेख प्रकाशित झाले. दलित, उपेक्षित, शेषित समाजाबद्दल त्यांना सहानुभूती होती. त्याचेच फलित म्हणून १९७८ मध्ये मुंबईच्या दलित साहित्य संमेलनाचे अध्यक्षपद त्यांच्याकडे आले व त्यांनी मोठ्या आनंदाने ते स्वीकारलेही होते. १९७५ मध्ये मुंबई उपनगर साहित्य संमेलनाचे अध्यक्षपदसुद्धा त्यांनी भूषविले होते. म्हणूनच अशा या संतवाङ्मयाचे गाढे अभ्यासक तसेच गांधीवादी साहित्यिक म्हणून परिचित असलेले मराठी वाङ्मयाचे व्यासंगी गंगाधर बाळकृष्ण सरदार यांची १९८० मध्ये बार्शी येथे होणाऱ्या ५४ व्या अखिल भारतीय मराठी साहित्य संमेलनाच्या अध्यक्षपदी प्रचंड बहुमतांनी निवड झाली. त्यांच्या अध्यक्षीय भाषणात साहित्यनिष्ठेची कसोटीसंदर्भात मत व्यक्त करताना ते म्हणाले की, "मनुष्याचा भाषाव्यवहार रोजच्या साध्यासुध्या कामापासून तो अत्युच्च पातळीवरील कलाविलास आणि तत्त्वमीमांसा यांच्यापर्यंत चालू असतो. भाषा ही माणसाच्या सुधारणेची व संस्कृतीची वाहक आहे. साहित्यिकाचा तर सदोदित भाषेशीच संबंध येतो. म्हणूनच तुकारामांनी 'शब्दचि आमुच्या जीवाचें जीवन' असे म्हटले आहे. म्हणून प्रत्येक लेखकाने आपल्या भाषामाध्यमाचे पावित्र्य व प्रतिष्ठा सांभाळली पाहिजे.

'लोभ जिभेचा जळू दे
दे थिजूं विद्वेष सारा,
द्रौपदीचे सत्त्व माझ्या
लाभुं दे भाषाशरीरा

जाऊं दे कार्पण्य 'मी'चे,
दे धरू सर्वास पोटी;
भावनेला येऊ दे गा
शास्त्र-काट्याची कसोटी'

मराठीतील एक श्रेष्ठ कवी व सौदर्यमीमांसक मर्ढेकर यांचा हा साहित्यविषयक दृष्टिकोन सदैव ध्यानात ठेवण्याजोगा आहे. विचाराला भावनेची जोड हवी आणि भावनेला विचारांचे पाठबळ हवे. आपण जे अनुभवले, आपल्याला ज्याची मनोमन प्रचिती आली, त्याला छेद जाईल असा कोणताच सूर आपल्या साहित्यातून निघू नये म्हणून प्रत्येक लेखकाने दक्षता घेतली पाहिजे. आपल्या अभिव्यक्तीच्या स्वातंत्र्यावर त्याने कुठलेही अंतर्गत व बाह्य दडपण येऊ देता कामा नये. त्यासाठी पडेल ती किंमत देण्याची तयारी हीच लेखकाच्या साहित्यनिष्ठेची खरी कसोटी म्हटली पाहिजे. अशा प्रकारे त्यांनी आपले म्हणणे मांडले.

गोपाळ नीळकंठ दांडेकर
१९८१ फेब्रुवारी अकोला

अखंड पदयात्रा करणारे कादंबरीकार तथा विपुल प्रकारचे लिखाण करणारे गोपाळ नीळकंठ दांडेकर यांची अकोला येथे १९८१ च्या फेब्रुवारी मध्ये होणाऱ्या ५५ व्या अखिल भारतीय मराठी साहित्य संमेलनाचे अध्यक्षपदाकरिता निवड करण्यात आली.

साहित्यिक गोपाळ नीळकंठ दांडेकर यांचा जन्म अमरावती जिल्ह्यातील परतवाडा येथे झाला. त्यांचे प्राथमिक शिक्षण हे परतवाडा आणि नागपूर येथे झाले. त्यांचे शिक्षण इंग्रजी चौथीपर्यंत झालेले होते. त्यांना राष्ट्रीय चळवळीमध्ये सक्रिय सहभागी होऊन सामाजिक कार्य करायचे होते म्हणून त्यांनी वयाच्या १३ व्या वर्षी घर सोडले. मनात समाजाचे चांगले कार्य करण्याची मनीषा असल्यामुळे या भ्रमंतीमध्ये त्यांची संत गाडगे महाराजांची भेट झाली. संत गाडगे महाराजांच्या सान्निध्यात आल्याने ते महाराजांचे विचार ऐकून प्रभावित झाले. संतसंगत लाभल्यामुळे त्यांचे आयुष्य बदलून गेले. ते महाराजांचे शिष्य बनले. त्यांच्याबरोबर जाऊन खेडोपाडी प्रचार करू लागले. नंतर ते आळंदीस आले. आळंदीला त्यांनी ज्ञानेश्वरीचा सखोल अभ्यास केला. धुळे येथील श्रीधर पाठक यांच्याकडून संस्कृतचे धडे घेऊन त्यांच्या

सांगण्यावरून नर्मदेची परिक्रमा केली. 'वैदिक धर्म' या मासिकाचे ते सहसंपादकही होते.

गोपाळ नीळकंठ दांडेकर यांची पहिली कादंबरी 'बिंदूची कथा' १९४७ साली प्रसिद्ध झाली. कादंबरी लेखनासोबतच त्यांनी धार्मिक व आध्यात्मिक लेखन केले. ४० वर्षांच्या काळात त्यांच्या नावावर जवळपास १०० ग्रंथाची संख्या आहे. या लेखनामध्ये सर्वात जास्त कादंबरी लेखन आहे. 'स्मरण गाथा' ह्या ग्रंथाला साहित्य अकादमीचा पुरस्कार मिळालेला आहे. अशा या बहुगुणी लेखकाचा अखिल भारतीय मराठी साहित्य संमेलनाचे अध्यक्षपद देऊन गौरव करण्यात आला.

१९८१ मध्ये फेब्रुवारी महिन्यात अकोला येथे ५५ व्या अखिल भारतीय मराठी साहित्य संमेलनाच्या व्यासपीठावरून अध्यक्षीय भाषणातून त्यांनी विशेष तात्त्विक चर्चा न करता जे विवेचन केलं ते आत्मचरित्रपर विचार मांडले.

गंगाधर गोपाळ गाडगीळ
१९८१ डिसेंबर, रायपूर

मराठी लघुकथेच्या क्षेत्रातील नवकथेचे आद्यप्रवर्तक तसेच शिल्पकार म्हणून ज्यांची ख्याती आहे असे गंगाधर गोपाळ गाडगीळ यांची १९८१ च्या डिसेंबरमध्ये रायपूर येथे झालेल्या ५६ व्या अखिल भारतीय साहित्य संमेलनाचे अध्यक्ष म्हणून निवड करण्यात आली.

गंगाधर गाडगीळ यांचे प्राथमिक शिक्षण आर्यन एज्युकेशन सोसायटीच्या शाळेत झाले. पुढे येथूनच त्यांनी मॅट्रिकची परीक्षा उत्तीर्ण केली. पुढील शिक्षणासाठी ते विल्सन महाविद्यालयातून बी. ए. तर स्कूल ऑफ इकॉनॉमिकस मधून एम. ए. झाले. २५ वर्ष त्यांनी अर्थशास्त्राचे प्राध्यापक म्हणून काम केल्यानंतर उद्योगधंद्याचे आर्थिक सल्लागार म्हणून नावारूपास आले. सात वर्ष त्यांनी मुंबईच्या नरसी मोनजी कॉलेज ऑफ कॉमर्स या महाविद्यालयाचे प्राचार्य म्हणून काम पाहिले. त्यांची पहिली लघुकथा १९४० मध्ये प्रसिद्ध झाली. गंगाधर गाडगीळांचे विविध साहित्य प्रकाशित झाले. त्यांच्या साहित्याचा श्रेष्ठ दर्जा होता. एक चौकस साहित्यिक म्हणून त्यांची ख्याती होती. विविध लेखनांमध्ये लघुकथा, कादंबऱ्या, प्रवास वर्णन, ललित निबंध या व अशा अनेक प्रकारच्या विषयांवर त्यांचे भरपूर लेखन होते. गाडगीळांनी माणसांची विविध रूपे आपल्या कथांत कलात्मकतेने आणली. माणसांच्या मनाचा जटिलपणा दाखविताना त्यांना बाह्य घटनांचा साचा उभा करावा लागला नाही.

माणसाच्या मनाचा त्यांनी यथाशक्ती समर्थ वेध घेतला. सामान्य मध्यमवर्गीय माणसाच्या जीवनाशी त्यांनी कथा कलात्मकतेने संबद्ध केली.

'मानसचित्रे' हा त्यांचा कथासंग्रह १९४५ ला प्रकाशित झाला. त्यांच्या उत्कृष्ट तथा दर्जेदार ग्रंथांना सरकारी तसेच खाजगी स्वरूपाचे पुरस्कार देऊन त्यांना गौरविण्यात आले. त्यांच्या लघुकथांची अनेक भारतीय तसेच इंग्रजी भाषेतून भाषांतरे झाली. असा हा त्यांचा साहित्याचा प्रवास पाहता रायपूर येथे १९८१ च्या डिसेंबर मध्ये झालेल्या ५६ व्या अखिल भारतीय साहित्य संमेलनाचे अध्यक्ष होण्याचा बहुमान मिळाला. त्यांनी अध्यक्षीय भाषणातून मराठी व हिंदी यांचा संबंध, सामाजिक बांधिलकी, बोलीभाषा इत्यादी अनेक विषयांचा परामर्श घेतला.

व्यंकटेश माडगूळकर
१९८३, अंबेजोगाई

अव्वल दर्जाचे ग्रामीणकथा लेखक, अष्टपैलू व्यक्तिमत्त्वाचे धनी, ग्रामीण जीवनासोबतच वन्य जीवनाशी समरस झालेले; तसेच 'बनगरवाडी' ह्या कादंबरीचे कादंबरीकार व्यंकटेश माडगूळकर यांची १८८३ मध्ये अंबाजोगाई येथे होणाऱ्या ५७ व्या अखिल भारतीय मराठी साहित्य संमेलनाचे अध्यक्ष म्हणून निवड करण्यात आली होती.

व्यंकटेश माडगूळकरांचे प्राथमिक शिक्षण आटपाटी, माडगूळ व किन्हई या ठिकाणी पूर्ण झाले. तर कुंडल या तालुक्याच्या गावात ते मराठी चौथी व इंग्रज पहिली पास झाले. वडील औंध संस्थानमध्ये नोकरीस होते. विशेष बाब अशी की, माडगूळकरांच्या घराण्यात अखिल भारतीय मराठी साहित्य संमेलनाचे अध्यक्षपद हे दुसऱ्यांदा आले. ते असे की १९७३ मध्ये यवतमाळ येथे झालेल्या संमेलनाचे अध्यक्ष गजानन माडगूळकरांनी स्वीकारले होते. आणि आता, म्हणजे अंबाजोगाई येथील ५७ व्या अखिल भारतीय मराठी साहित्य संमेलनाची धुरा परत व्यंकटेश माडगूळकरांच्या खांद्यावर ठेवली गेली होती. माडगूळकर शाळा सोडून बेचाळीसच्या लढ्यात सामील झाले होते. भूमिगत राहून त्यांनी तीन वर्ष कार्य केले. १९४६ मध्ये जेव्हा त्यांच्यावरील वॉरंट काढून घेतले त्यावेळेस ते मुक्त झाले होते. रानावनात फिरता-फिरता त्यांचा संबंध रानाशी आल्याने त्यांचे मन रानात अधिक रममाण झाले. व्यंकटेश माडगूळकरांनी १९४७ पासून कथालेखनास सुरुवात केली. त्यांची

पहिली कथा 'काळ्या तोंडाची' अभिरुची मासिकात प्रसिद्ध झाली. याच मासिकातर्फे कथा स्पर्धा घेण्यात आली असता त्यांच्या कथेने प्रथम क्रमांक पटकविला. 'देवा सटवा महार' या कथेमुळे त्यांना भरपूर प्रसिद्धी मिळाली. माडगूळकरांच्या कथालेखनाचे वैशिष्ट्य पाहता असे लक्षात येते की, त्यांच्या कथा एक तर श्रेष्ठ वाङ्मयकृती निर्माण करते. दुसरे म्हणजे आशयाच्या व भाषेच्या बाबतीत मराठी वाङ्मयाला चांगल्या अंगाने वळण लावण्याचे ऐतिहासिक कार्य करते. तसेच व्यंकटेश माडगूळकर हे प्राधान्याने संवादासाठी, ग्रामीण व निवेदनासाठी शहरी-मराठी भाषा वापर करताना दिसतात. हे कार्य त्यांनी अत्यंत कौशल्याने व जबाबदारपणे केले आहे. म्हणूनच त्यांच्या बाबतीत असे म्हटले जाते की, कथेच्या बाबतीत विलक्षण मोलाचे काम केले आहे, हे मान्य करावे लागेल.

'माणदेशी माणसे' हा ग्रंथ मौज प्रकाशनने प्रकाशित केल्यामुळे त्यांची वर्णी उत्कृष्ट, दर्जेदार कथालेखक म्हणून होऊ लागली. कथालेखनासोबतच कादंबऱ्या नाटके, चित्रपटकथासुद्धा लिहिल्या. १९५५ साली ते नभोवाणीच्या नोकरीत रुजू होऊन पुण्याच्या रेडिओ केंद्रात त्यांनी अनेक वर्ष नाकरी केली. आकाशवाणीतर्फे त्यांना वार्ताप्रसारणाच्या अभ्यासाकरिता ऑस्ट्रेलियामध्ये पाठविले होते. नंतर त्यांनी अनेक देशांना भेटी दिल्या. आंतरराष्ट्रीय नाट्यमहोत्सवासाठी त्यांच्या 'सती' ह्या नाटकाची निवड करण्यात आली होती. त्यांचे १४ कथासंग्रह प्रकाशित असून आठ कादंबऱ्या, सात नाटके प्रकाशित झाली आहेत. त्यांची 'बनगरवाडी' ही कादंबरी सर्वत्र गाजली असून नॅशनल बुक ट्रस्ट तर्फे १४ भारतीय भाषेत भाषांतरित झाली आहे. त्याचप्रमाणे जर्मन भाषेतसुद्धा भाषांतर झाले आहे. अशा या ग्रामीण कथालेखकाला अखिल भारतीय मराठी साहित्य संमेलनाचे अध्यक्षपद देऊन गौरविण्यात आले.

शंकरराव खरात
१९८४, जळगाव

सामाजिक भान असलेले तसेच सामाजिक कार्यकर्ते म्हणून सामाजिक प्रतिष्ठाप्राप्त शंकरराव खरात यांची १९८४ मध्ये जळगाव येथे होणाऱ्या ५८ व्या अखिल भारतीय मराठी साहित्य संमेलनाचे अध्यक्ष म्हणून निवड करण्यात आली. डॉ. आंबेडकर यांच्या 'प्रबुद्ध भारत' चे संपादक असलेले शंकरराव रामराव खरात यांचा जन्म औंध संस्थानात आटपाडी येथे झाला. शंकरराव खरात यांनी

'तराळ अंतराळ' या नावाने आत्मचरित्र लिहिले या आत्मचरित्रात त्यांनी जीवनातील अत्यंत वास्तव चित्र जसंच्या तसंच मांडलं.

आटपाडीहून ते औधला आले आणि औंधच्या सरकारी वसतिगृहात त्यांनी अथक परिश्रमातून प्रवेश मिळविला. परंतु इथही त्यांची मानहानी झाली. कोल्हापूरच्या अस्पृश्यांच्या वसतिगृहात राहून त्यांनी मॅट्रिकची परीक्षा उत्तीर्ण केली. पुढे ते राजाराम महाविद्यालयातून बी. ए., एल. एल. बी होऊन वकील झाले. याच काळात त्यांचा डॉ. आंबेडकरांशी संबंध आला. त्यांच्या विचारांशी समरस होऊन समाजाबद्दलची आपुलकी त्यांच्यात निर्माण झाली. पुढे डॉ. आंबेडकरांचे नेतृत्त्व मान्य करून त्यांच्या नेतृत्त्वाखाली दलित, भटक्या अशा जातीजमातीची समाजसेवा सुरू केली. १९५६ मध्ये त्यांची 'नवयुग' साप्ताहिकामध्ये पहिली कथा प्रसिद्ध झाली. तेव्हापासून कथा व कादंबरी लेखन सुरू केले. ग्रामीण जीवनाचे अनुभव त्यांनी स्वत: घेतले असल्याने, अशा या खडतर जीवनासंबंधीचे ज्ञान अवगत असल्याने वास्तवतेचा स्पर्श असलेले अनुभव त्यांनी आपल्या कथा-कादंबऱ्यांच्या माध्यमातून मांडण्याचा प्रयत्न केला व त्यामध्ये यशस्वीही झाले. बलुतेदारांच्या कथा लिहून माण देशाच्या प्रदेशाचे चित्रण केले. 'माणुसकीची हाक' ही त्यांची पहिली कादंबरी असून यासोबत आणखी सात कादंबऱ्यांचे लेखन त्यांनी केले असून बारा कथासंग्रह आहेत. त्यांनी जेवढे वैचारिक वाङ्मय लिहिले तितकेच महत्त्वाचे ठरले. तसेच आंबेडकरांचे आत्मचरित्र हे त्यांचे अत्यंत उल्लेखनीय कार्य ठरले. त्यांच्या लेखनकार्यासोबतच सामाजिक कार्याचा सर्व स्तरांतून मानसन्मान केला गेला. त्यांची वैचारिक व अभ्यासूवृत्ती पाहता त्यांना १९७५ मध्ये मराठवाडा विद्यापीठाचे कुलगुरू म्हणून नियुक्त केले गेले. त्या आधी त्यांनी रेल्वे कमिशनचे अध्यक्ष, बँक ऑफ इंडियाचे डायरेक्टर व ऑफिसर सिलेक्शन कमिटीवर काम केले.

साहित्य सेवा व सामाजिक कार्याची ओढ असलेले शंकरराव रामराव खरात यांना १९८४ मध्ये जळगाव येथे होणाऱ्या ५८ व्या अखिल भारतीय मराठी साहित्य संमेलनाचे अध्यक्षपदाची माळ घालण्यात आली. त्यांनी अध्यक्षीय भाषणातून, " 'दलित साहित्य का पाहिजे,' या प्रश्नाचे उत्तर आणखी थोडं विस्तारानं सांगावयाचं म्हणजे आपण भारतीय समाजव्यवस्थेतील वास्तव डोळसपणे पाहिले म्हणजे त्याचे उत्तर आपोआपच मिळेल. भारतीय समाजव्यवस्थाच उच्च-नीच, श्रेष्ठ-कनिष्ठ अशा जातीय पद्धतीवर आधारलेली आहे. म्हणून भारतीय समाजव्यवस्था व पाश्चिमात्य समाजव्यवस्था यात मूलत: फरक आहे. भारतीय समाजव्यवस्था जातीय पद्धतीवर (कास्ट सिस्टिम) आधारलेली आहे. पाश्चिमात्य समाजपद्धती वर्गपद्धतीवर (क्लास

सिस्टिम) आधारलेली आहे. भारतातील जातीय पद्धतीच्या समाजव्यवस्थेत जन्माला आलेला व वाढलेला साहित्यिक जेव्हा आपल्या वास्तव अनुभवाला प्रामाणिकपणे आकार-रूप देतो, त्याचप्रमाणे त्याच्या वाङ्मयीन कलाकृतीत, त्याच्या अनुभवाचा आशय येतो. त्या आशयाला आकार-रूपही येते. जातीय समाजव्यवस्थेमुळे कलाकृतीच्या अनुभवाचा आशय महाराष्ट्रात व भारततही जाती विशिष्ट आहे.

अशाच जातीय पद्धतीच्या समाजव्यवस्थेतील दलित साहित्यिक आपल्या अनुभवाला आकार-रूप देणार. त्यामुळे वेगवेगळया जाती लेखकांची आपआपल्या अनुभवाचा वेगवेगळा आशय घेऊन, वेगळयाच रूपात (फॉर्ममध्ये) वेगळ्याच आदर्शाने (नॉर्ममध्ये) येणे स्वाभाविक आहे, अपरिहार्य आहे. साहित्याला जेव्हा वास्तवाचा आधार असतो, तेव्हा ते वेगवेगळया स्वरूपात येणारच!

प्रत्येक जातीच्या-समाजाच्या जीवनातील अनुभव, भावविश्व, संघर्ष भिन्न व वेगवेगळे आहेत, हे वास्तव आहे. याचा विसर पडता कामा नये.

आपल्या देशात दलित, आदिवासी, विमुक्त-भटक्या जमाती व इतर मागासलेला वर्ग, भूमीहीन मजूर, झोपड-पट्टीत राहणारे, फूटपाथवर राहणारे असे लोक मोठ्या प्रमाणात आहेत. त्यांचे हे अस्तित्त्व मान्य केल्यावर, त्यांच्या जीवनावरील साहित्य -दलित साहित्य- हे आपोआपच त्यांच्या वेगळेपणात, वेगळया संवेदनात जन्माला येणारच आणि त्याचे वेगळेपणही साहित्याच्या आशयात वेगळेपणात राहणार हे आपल्याला नाकारता येणार नाही. म्हणून या देशाच्या समाजव्यवस्थेत असा हा मोठा दलित वर्ग आहे. म्हणून दलित साहित्य जन्माला येणार व त्याचे अस्तित्त्वही स्वतंत्र (जातिविशिष्ट) असे राहणार हे स्वाभाविक आहे. त्यातच आतापर्यंतच्या काही पांढरपेशा-मध्यमवर्गीय लेखकांच्या साहित्यात दलितांचे खरे जीवन, त्यांच्या वेदना, आकांक्षा, संघर्ष आलेच नाही. दलित समाजाचे जीवन चित्रित करण्याचा त्यांनी प्रयत्न केला. पण, त्यांच्या साहित्याला वास्तवाचा खरा आधार नाही. दलितांच्या जीवनातील अनुभवांची जाणीव, दलित जाणीव या मध्यमवर्गीय लेखकांना नसल्यामुळे दलितांच्या जीवनाचे वास्तव दर्शन त्यांच्या साहित्यात होत नाही. त्यात दलितांच्या जीवनातील श्रद्धा, निष्ठा, आशा, आकांक्षा दिसतात. (त्यांच्या दलितासंबंधीच्या साहित्यात जातीविशिष्टाच्या अनुभवाचा आधार नव्हता व नाही व ते निरीक्षण व सहानुभूती यावर आधारलेले होते म्हणून ते दलित साहित्य होऊ शकत नाही.)

गावकुसाबाहेर राहाणाऱ्या दलितांच्या जीवनाकडे खऱ्या अर्थाने मध्यमवर्गीय लेखकांचे लक्षच गेले नाही. अदृश्य (invisible) माणसांच्या दु:खाचा हुंदका जगाला सांगितला नाही. अदृश्य माणसाला जगापुढे आणले नाही. दलितांना दलित म्हणून

ठेवणाऱ्या प्रस्थापित रूढी, परंपरा, शास्त्रे याविरुद्ध आवाज मध्यमवर्गीय साहित्याने उठवला नाही.

दलित साहित्य हे दलितांच्या जीवनाचा एक अविभाज्य, अभंग असा भाग आहे. दलित साहित्यातील कथा, कादंबरी, काव्य, नाटक व आत्मकथा ही तळागाळातील जीवनातून निर्माण झालेली आहे. दलितांचं विशिष्ट दुःख आहे. ते विशिष्ट दुःख मध्यमवर्गीय लेखकांना कळणार नाही. त्यांचे जीवनच दुःख आहे आणि त्या दुःखातून मुक्तीचा मार्ग दलित साहित्य शोधत आहे. दलित साहित्य अदृश्य (Invisible) असलेल्या दलित समाजाला उघड करण्याचे कार्य करीत आहे.'' अशा प्रकारे त्यांनी दलित साहित्याच्या प्रेरणा व स्वरूप यांचे सविस्तर विवेचन केले.

शंकर बाबाजी पाटील
१९८५, नांदेड

नांदेड येथे १९८५ मध्ये ५९ वे अखिल भारतीय मराठी साहित्य संमेलन घेण्याचे ठरले. ५९ वे अखिल भारतीय मराठी साहित्य संमेलनाध्यक्षपदाकरिता प्रसिद्ध कथाकथनकार शंकर पाटील यांची निवड करण्यात आली.

ग्रामीण जनतेबरोबर शहरी लोकांना समाजजीवनाचं दर्शन व्हावे याकरिता व्यंकटेश माडगूळकर, शंकर पाटील व मिरासदार हे तिघे सोबत खेडोपाडी फिरून ग्रामीण शैलीत कथाकथनाचे कार्यक्रम सादर करीत होते. शंकर पाटील यांच्या विपुल प्रमाणात असलेल्या ग्रामीण कथा, कादंबऱ्या, वगनाटये ही साहित्यसेवा लक्षात घेता त्यांची संमेलनाध्यक्ष म्हणून निवड योग्य होती. शंकर पाटलांचा जन्म १३ ऑगस्ट १९०६ मध्ये शेतकरी कुटुंबामध्ये पट्टणकोडोली या खेड्यात झाला. त्यांचे प्राथमिक शिक्षण तारदाळ येथे झाले. बी. ए., बी. टी. नंतर महाराष्ट्रामधील सर्वात मोठी असलेली रयत शिक्षण संस्थेमध्ये त्यांनी अध्यापक म्हणून नोकरी स्वीकारली होती. पुढे काही काळ त्यांनी पुण्याच्या आकाशवाणी केंद्रामध्ये काम केले. नंतर महाराष्ट्र राज्य पाठ्य पुस्तक मंडळात तज्ज्ञ म्हणून त्यांनी काम केले. ही सर्व कामे करीत असताना त्यांनी लेखणी दूर केली नाही, तर या काळातही ते कथालेखन करीत होते. त्यांचा पहिला कथासंग्रह 'वळीव' या नावाने १९५८ मध्ये प्रकाशित झाला. त्यांच्या कथांमध्ये ग्रामीण समाज जीवनाचे प्रतिबिंब उमटत असल्यानं ग्रामीण शैलीचे लेखक म्हणून मराठी वाङ्मयात सर्वश्रुत झाले.

त्यांनी १८ कथा; २ कादंबऱ्या; ४ वगनाटये; ५० मराठी चित्रपटकथा– एवढं विपुल लेखन केलं. १९५९मध्ये त्यांना एशिया फाउंडेशन शिष्यवृत्ती मिळाली होती. केला इशारा जाता जाता; एक गाव बारा भानगडी; युगे युगे मी वाट पाहिली; कुलस्वामिनी अंबाबाई; गणानं घुंगरू हरवले; या गाजलेल्या चित्रपटांचे कथालेखन व संवादलेखन केले असून शांकर कथा, गारवेल, ऊन, निवडक शंकर पाटील, हे त्यांचे गाजलेले कथासंग्रह होत. अस्सल ग्रामीण समाजजीवन त्यांनी आपल्या कथांच्या माध्यमातून समाजासमोर आणलं. अशा या ग्रामीण कथालेखकाच्या गळ्यात नांदेड येथे १९८५ मध्ये ५९ वे अखिल भारतीय मराठी साहित्य संमेलन अध्यक्षपदाची माळ पडली. त्यांनी व्यासपीठावरून आपल्या भाषणातून मराठी भाषेच्या समृद्धीकरिता संपूर्ण मराठी विद्यापीठाच्या स्थापनेची प्रमुख मागणी केली होती.

विश्राम चिंतामण बेडेकर
१९८८, मुंबई

अत्यंत कठीण परिस्थितीत जीवन जगून शिक्षण पूर्ण करणारे, तसेच अत्यंत कष्ट बालपणीच ज्यांच्या नशिबी आले तरीही या संघर्षातून तावून सुलाखून निघालेले कादंबरीकार, कथालेखक, नाट्य, व चित्रपटकथा तथा संवादलेखक विश्राम चिंतामण बेडेकर यांची मुंबई येथे १९८६ मध्ये ६०व्या अखिल भारतीय मराठी साहित्य संमेलनाध्यक्षपदी निवड झाली होती.

कादंबरीकार, कथालेखक, नाट्य, व चित्रपटकथा तथा संवादलेखक विश्राम बेडेकर यांचे बालपण अत्यंत कष्टात गेले. कारण त्यांची घरची परिस्थिती जेमतेम असल्याने वडील अमरावतीच्या रामाच्या देवळात पुजारी म्हणून काम करीत होते. भिक्षा मागून चरितार्थ चालवीत असल्यामुळे शाळेची फी देणेसुद्धा त्यांना जड जाई. अशा कठीण परिस्थितीशी सामना करत विश्राम बेडेकरांनी मॅट्रिकपर्यंतचे शिक्षण पूर्ण केले. अत्यंत हुशार अभ्यासू वृत्तीचे असल्याचे लक्षात आल्यामुळे त्यांच्या जवळचे मित्र व हितचिंतकांनी त्यांच्या शिक्षणासाठी खर्च करण्याची तयारी दाखविली असता त्यांच्या मदतीच्या भरवशावर ते अमरावतीच्या किंग एडवर्ड कॉलेजमध्ये प्रवेश घेऊन भरपूर अभ्यास केला. मुळातच हुषार असल्याने तेथे त्यांना शिष्यवृत्ती मिळाली व बी. ए. च्या परीक्षेत चांगल्या दर्जाचे मार्क त्यांना मिळाले. चांगल्या दर्जाचे मार्क मिळाल्यामुळे त्यांना फेलोशिप मिळाली. नंतर त्यांनी नागपूरला जाऊन एम.ए.,

एल.एल. बी. पर्यंतचे शिक्षण पूर्ण केलं. परंतु त्यांनी वकिली किंवा अध्यापनाचा मार्ग स्वीकारला नाही. सुरुवातीपासूनच त्यांना नाट्याची आवड असल्यामुळे ते नाट्य लेखनाकडे वळले. 'ब्रह्मकुमारी' हे पहिले पौराणिक नाटक लिहिले. हे नाटक बलवंत संगीत मंडळाने स्वीकारले १९३३ मध्ये सांगलीच्या सदासुख नाटकगृहात या नाटकाचा पहिला प्रयोग झाला. विश्राम बेडेकर नाटककार झाले. नंतर 'बलवंत पिक्चर्स' या चित्रपट कंपनीच्या 'कृष्णार्जुन युद्ध' या चित्रपटाचे सहदिग्दर्शक म्हणून काम केले. यामुळे ते या व्यवसायात चांगलेच रमले. १९३५ मध्ये 'भट-बेडेकर प्रॉडक्शन' अशी स्वतंत्र संस्था स्थापन करून 'ठकीचे लग्न', 'सत्याचे प्रयोग' हे चित्रपट तयार केले. मराठीमधील पहिला विनोदी चित्रपट काढण्याचे श्रेय विश्राम बेडेकरांनाच जाते. सांगलीत असताना त्यांनी 'भक्त पुंडलिक', 'लक्ष्मीचे खेळ' हे चित्रपट तयार केले. त्यापैकी 'लक्ष्मीचे खेळ' हा चित्रपट खूपच गाजला. १९३९ मध्ये त्यांनी 'रणांगण' ही कादंबरी लिहिली. त्यांनी सरकारसाठी स्वत: लघुचित्रपट तयार करून दिले होते. 'एक झाड आणि दोन पक्षी' हे त्यांचे अप्रतिम आत्मचरित्र चांगलेच प्रसिद्ध आहे. याला साहित्य अकादमीचे पारितोषिकसुद्धा मिळाले. अशा या साहित्यिकाचा गौरव म्हणून मुंबई येथे १९८६ मध्ये ६० व्या अखिल भारतीय मराठी साहित्य संमेलनाध्यक्षपदाची माळ त्यांच्या गळयात घातली व त्यांची अध्यक्षपदाकरिता बिनविरोध निवड झाली होती. त्यांनी आपल्या भाषणातून संस्कृतीबाबत विचार मांडताना म्हटले की, ''मानवी जीवन अनित्य आहे. आपला प्रत्येक क्षण नदीतल्या पाण्याच्या थेंबासारखा वाहून जात असतो. पण जीवनात काही अलौकिक, सुंदर अनुभव देणारे क्षण येतात. केशवसुतांनी त्यांना 'क्षणात नाहीसे होणारे दिव्य भास' असे म्हटले आहे. कलेचे सामर्थ्य हे, की ती या भासांना, क्षणांना पकडते. स्थिर, अमर करून ठेवू शकते. लिओनार्दो द विन्सी या चित्रकाराचे 'मोनालिसा' हे चित्र प्रख्यात आहे. त्यातल्या स्त्रीच्या चेहऱ्यावरचे रसिकांना दंग करून टाकणारे गूढ, तरल स्मित आज काही शतके त्याने असेच अमर करून ठेवले आहे. खजुराहोची मूर्तिमंत मंदिरे, आग्रयाचा ताजमहाल, वेरूळचे कैलास लेणे, यांच्या सारख्या जडमाध्यमातूनच कला हे साधते असे नव्हे. शब्दांच्याही अंगी अशा क्षणांना पुनर्जन्म देण्याचे सामर्थ्य असते. नाटकातल्या एखाद्या प्रसंगात एक क्षण अचानक जिवंत होतो आणि आपल्या काळजाला हात घालतो, त्या अनुभवाच्या मोहाने ते नाटक आपण पुन्हा-पुन्हा पाहतो. काव्ये, कथा, कादंबऱ्या, उस्फूर्तपणे झालेली वैचारिक रचना यातील शब्दकलेने अमरत्त्व दिलेल्या अशा क्षणांचे आपल्याला पुन्हा-पुन्हा दर्शन घडते. संस्कृती म्हणजे अशा अमर क्षणांचे भांडार !''

वसंत शंकर कानेटकर
१९८८, ठाणे

२९ वर्षांत ३३ नाटके लिहून ज्यांनी उच्चांक प्रस्थापित केला व मराठी रंगभूमीला वेगळं वळण देण्यात यशस्वी झाले, असे प्रसिद्ध नाटककार वसंत शंकर कानेटकरांना ठाणे येथे १९८८ मध्ये होणाऱ्या ६१ व्या अखिल भारतीय मराठी साहित्य संमेलनाचे अध्यक्षपद देऊन गौरविण्यात आले.

सुप्रसिद्ध नाटककार वसंत कानेटकर यांचा जन्म रहिमतपूर, जिल्हा सातारा येथे झाला. विशेष म्हणजे त्यांचे वडील शंकरराव कानेटकर हे रविकिरण मंडळाचे ज्येष्ठ सदस्य होते. त्यांचे शिक्षण रहिमतपूर, पुणे व सांगली येथे झाले. सांगलीच्या महाविद्यालयातून त्यांनी एम. ए. पूर्ण केल्यानंतर नाशिकच्या हं. प्रा. ठा. महाविद्यालयात त्यांची इंग्रजी व मराठी विषयाचे प्राध्यापक म्हणून नियुक्ती झाली. त्यांनी २५ वर्ष अध्यापनाचे कार्य केल्यानंतर ते स्वेच्छेने सेवानिवृत्त झाले. अध्यापनाचे कार्य सुरू असतानाच त्यांचे नाटक व कादंबरी लिखाणाचे कार्य चालू होते. १९५० मध्ये 'घर' ही पहिली कादंबरी प्रसिद्ध झाली. 'वेड्याचे घर उन्हात' हे पहिले नाटक १९५७ मध्ये रंगभूमीवर आले. यानंतर त्यांची बरीच नाटके रंगभूमीवर आली. त्यांनी एकांकिकासुद्धा लिहिल्या. त्यांचे पहिले ऐतिहासिक नाटक 'रायगडाला जेव्हा जाग येते' हे १९६२ मध्ये रंगभूमीवर आले व ह्या नाटकाला चांगलीच प्रसिद्धी मिळाली. प्रसिद्धीचा उच्चांक गाठल्यामुळे या नाटकाचे १४ भाषेत भाषांतर करण्यात आले. उत्कृष्ट नाटक म्हणून दिल्लीच्या संगीत-नाटक अकादमीचा पुरस्कार मिळाला. आणखी त्यांची गाजलेली नाटके म्हणजे 'इथे ओशाळला मृत्यू', 'तुझा तू वाढवी राजा' प्रा. वसंत कानेटकरांची अधिक प्रसिद्ध झालेली नाटके पुढीलप्रमाणे सांगता येतील ती म्हणजे- 'अश्रूंची झाली फुले', 'घरात फुलला पारिजातक', 'नलदमयंती' 'मत्स्यगंगा' ह्या नाटकांचा उल्लेख करता येईल. त्यांच्या या विशेष कर्तृत्वाचा मानसन्मान अनेक वेळा केला गेला. बडोदे व इंदूर येथे मराठी वाङ्मय परिषदेचे अध्यक्षपदसुद्धा त्यांना बहाल केले गेले होते. १९७१ मध्ये कुर्ला येथे झालेल्या ५२ व्या नाटयसंमेलनाचे अध्यक्षपदसुद्धा त्यांना बहाल केले होते. अशा प्रकारे त्यांचा यथार्थ गौरव करण्यात आला होता. तसेच विभागीय साहित्य संमेलनाचे अध्यक्षपदसुद्धा त्यांनी स्वीकारले होते. अशा या विविध क्षेत्रांत साहित्यसेवा केल्याबद्दल ठाणे येथे

१९८८ मध्ये होणाऱ्या ६१ व्या अखिल भारतीय मराठी साहित्य संमेलनाचे अध्यक्षपद देऊन त्यांना गौरविण्यात आले होते.

के. ज. पुरोहित
१९८९, अमरावती

अमरावती येथे १९८९ मध्ये होणाऱ्या ६२ व्या अखिल भारतीय मराठी साहित्य संमेलनाच्या अध्यक्षपदी कथाक्षेत्रात उत्कृष्ट कामगिरी झाल्याबद्दलची ख्याती प्राप्त कथाकार शांताराम उपाख्य के. ज. पुरोहित यांच्या गळ्यात अध्यक्षपदाची माळ पडली. के. ज. पुरोहित हे अध्यक्षपदाच्या निवडणुकीत केवळ एका मताने निवडून आले होते.

१९४०-४२ पासून कथालेखनाला शांताराम उपाख्य के. ज. पुरोहित यांनी सुरुवात केली होती. त्यांचे बारा कथासंग्रह प्रकाशित झाले असून काही अप्रकाशित कथासुद्धा आहेत. 'संत्र्याचा बाग' हा त्यांचा पहिला कथासंग्रह. यानंतर 'मनमोर', 'शिरवा', 'छळ', 'धर्म', 'चंद्र माझा सखा', 'लाटा' व इतर असे त्यांचे कथासंग्रह एका मागोमाग प्रकाशित झाले. मानवी स्वभावाचा सूक्ष्म अभ्यास करून मानवी जीवन सुसह्यपणे जगता यावे याकरिता निर्माण झालेले प्रश्न समजून घेऊन त्याचे उत्तर शोधण्याचा प्रयत्न करण्यावर त्यांचा भर होता. म्हणूनच त्यांच्या कथा वाचतना माणसाला समजून घेण्याचे वैशिष्ट लक्षात येते. त्यांच्या कथालेखनाचे आणखी वैशिष्ट सांगायचे झाल्यास अनुभूतीतून स्फुरलेली भावना व सौंदर्याचा आविष्कार सूक्ष्मपणे अभिव्यक्त करणारे वेगळेपण लक्षात येते. याच काळात मराठवाडा विद्यापीठाची नामांतर चळवळ चालू होती. त्याचा परिणाम या साहित्य संमेलनामध्ये दिसून आला तो असा की, या संमेलनात दलितांचा मोर्चा आला असता शांताराम उपाख्य के. ज. पुरोहित यांनी त्या मोर्चेकरांना उत्तर देते वेळी ते म्हणाले की, "लोकांना तुमच्या बद्दल विश्वास वाटला पाहिजे." तुमचे वागणे लिहिणे याचा प्रभाव अप्रत्यक्षपणे होत असल्याचे सांगितले.

यु. म. पठाण
१९९० जाने. पुणे

लहानपणापासूनच साहित्याची आवड असणारे डॉ. यु. म. पठाण यांची १९९० च्या जानेवारी मध्ये होणाऱ्या ६३ व्या पुणे येथील अखिल भारतीय मराठी साहित्य संमेलनाचे अध्यक्ष म्हणून निवड करण्यात आली होती. संत साहित्य हीच जीवननिष्ठा मानणारे डॉ. यु. म. पठाण. कारण त्यांचे वडील सरकारी अधिकारी असतानासुद्धा त्यांना साहित्याची आवड होती. तेच संस्कार डॉ. यु. म. पठाण यांच्यावर झाले. साहित्याची आवड त्यांना शालेय जीवनापासूनच होती. महादेवी वर्मा, प्रेमचंद, ना. ह. आपटे इ. अनेकांच्या पुस्तकांचे त्यांनी वाचन केले होते. १९४५ पासून त्यांचे लिखाण प्रसिद्ध होऊ लागले. महाविद्यालयात असतानाच कथा लिखणाकडे ते वळले होते. अनेक मासिके व नियतकालिकांतून त्यांच्या कथा प्रसिद्ध झाल्या. पुढे ते संत साहित्याकडे वळले. १९५८ ला पुणे विद्यापीठाने मराठी विषयात पीएच. डी. दिली. उत्कृष्ट प्रबंध म्हणून डॉ. परांजपे पुरस्कार देऊन गौरविण्यात आले.

वारकरी संप्रदायाच्या बाबतीत मत मांडताना ते म्हणतात की, आजपर्यंतची वारकरी संप्रदायाची वाटचाल पाहिल्यावर मन काहीसं विस्मित, काहीसं दिङ्मूढ होतं. अनेक शतकांचा प्रदीर्घ प्रवास करूनही हा संप्रदाय थकला-भागला नाही. सुरकुतला-कोमेजला नाही. उलट जसजशी शतकांमागून शतकं येत गेली, तसतसा हा संप्रदाय उत्तरोत्तर उजळ-उजळच होत गेला. त्यात नवचैतन्य येत गेलं. झाकोळण्याऐवजी तेजाळण्याकडेच त्यांची वृत्ती-प्रवृत्ती होत गेली. हे काही सहजासहजी घडले नाही, हे महाराष्ट्रातल्या काही अन्य संप्रदायाची वाटचाल पाहिल्यावर जाणवल्यावाचून राहणार नाही.

सोलापूरच्या दयानंद महाविद्यालयात त्यांची प्राध्यापक म्हणून निवड झाल्यानंतर त्यांनी अध्यापनाचे कार्य १९५३ ते १९५९ पर्यंत केले. १९६० मध्ये त्यांनी मराठवाडा विद्यापीठामध्ये मराठी विभाग प्रमुख म्हणून अध्यापन केले. याच विद्यापीठांतर्गत वारकरी, नागेश, सूफी इत्यादी धर्मांची व संप्रदायांची हस्तलिखिते संकलित करून संपादन केले. संत साहित्यावर त्यांनी विदेशातसुद्धा भाषणे दिली. ६३ व्या अखिल भारतीय मराठी साहित्य संमेलनाचे अध्यक्षीय भाषणातून विचार मांडताना ते म्हणाले की, "संतसाहित्यानं आपल्याला काय दिलं, हा प्रश्न कधी-कधी आजच्या काळाच्या

संदर्भात आपल्याला त्रस्त करतो. हे साहित्य केवळ निवृत्तीवादी आहे, ते आता कालबाह्य झालं आहे, त्याला आजचा कुठलाच संदर्भ नसल्यानं आज ते अनावश्यक आहे, त्यातून वर्णावर्णांच्या भिंती अधिक पक्क्या झाल्या, ते विषमतावादाचा व श्रेष्ठकनिष्ठत्वाचा पुरस्कार करतं, त्यातून पोथीप्रामाण्य आणि कर्मकांडाचा बडिवार माजवला गेला आहे, त्यातील भाषा ही मध्ययुगीन भाषा असल्यानं ते काहीस दुर्बोध वाटतं, असे किती तरी आक्षेप घेतले जातात आणि हे साहित्य आजच्या काळात कसं अनावश्यक आहे, हे सांगितलं जातं. मी यापूर्वी केलेल्या विवेचनात यातील काही प्रश्नांची उत्तरं मिळतील, पण संतसाहित्य कालबाह्य झालं आहे काय? या मताचा इथं आवर्जून विचार करायला हवा. संतसाहित्य-मग ते कोणत्याही जाती-धर्माचं असो, जनहिताचं उद्दिष्ट ही त्याची अपेक्षित फलश्रुती असल्यानं, त्याचप्रमाणे लौकिक आणि पारलौकिक यांच्या समन्वयाच्या भूमिका त्यात असल्यानं, काही उदात्त जीवनमूल्यांचा वा जीवनादर्शांचा ते पुरस्कार करतं. उदात्त विचार आणि उदात्त आचार यांचा समन्वयही त्यात आढळतो. सामाजिक जीवनाचं संतुलन यामुळं साधता येतं. बंधुभावाच्या तत्त्वामुळं समाजातले सारे घटक समान आहेत, ही जाणीवही निर्माण होते वेद, कुराण, बायबल, धम्मपद, महावीरांचं किंवा बसवेश्वरांचं वचन-साहित्य तसंच गुरुग्रंथसाहेब यातही याचा प्रत्यय आल्यावाचून राहत नाही. गाडगेबाबा आणि राष्ट्रसंत तुकडोजी महाराज यांनीही आपल्या कीर्तनांतून याच विचाराचा प्रसार करून समाजप्रबोधन केलं नाही काय? विकार हेच आपल्या व आपल्या समाजाच्या अध:पतनास कारणीभूत असल्यानं विकारांवर नियंत्रण ठेवण्याचा, दुर्गुणांचा त्याग करून सद्‌गुणांचं संवर्धन करण्याच्या विचाराचा पुरस्कार संतसाहित्यानं सातत्यानं केला आहे. आजच्या समाजात दुर्गुणांचा, अविचाराचा, भ्रष्टाचाराचा, पराकोटीच्या स्वार्थाचा, भयानक हिंसेचा, कमालीच्या असहिष्णुतेचा, विषयासक्तीचा, अविचाराचा व क्रोधाचा आपल्याला पदोपदी प्रत्यय येत नाही काय? ही भयानक परिस्थिती निर्माण होण्यामागं समाजातील षड्‌विकारच कारणीभूत नाहीत का? दैवी संपत्तीवर आज आसुरी संपत्ती वर्चस्व गाजवत असल्याचं आपल्याला जाणवत नाही काय? भावाभावात, घराघरात, गावागावात, राज्याराज्यात कलह निर्माण झाल्याचं आपण पाहात नाही का? आणि हे सारं असंच घडत गेलं तर आपल्या देशाचं काय होणार, ही चिंता प्रत्येक दिवसाची पहाट उजाडल्यावर आपल्याला भेडसावत नाही काय? या सर्वांवर नियंत्रण ठेवण्याचा नेमका उपाय संतसाहित्यानं सुचविला आहे आणि तो आहे मनावर नियंत्रण ठेवणं नि मनावर सुसंस्कार करणं. विवेकाची कास धरणं. संपूर्ण संतसाहित्य हे विवेकाधिष्ठित आहे. विवेकनिष्ठ जीवनदृष्टीचा पुरस्कार संतसाहित्यानं

सातत्यानं केला आहे. संतसाहित्याचे हे सुसंस्कार जनमानसावर केल्यास आजच्या या प्रलयकालातही समाजाची नि देशाची नौका तरून जाऊ शकेल, असं म्हटलं तर ते अप्रस्तुत ठरू नये.'' असा विचार त्यांनी आपल्या भाषणातून मांडला.

मधु मंगेश कर्णिक
१९९०, रत्नागिरी

साहित्यातील सूर्यफूल म्हणून त्यांची ख्याती आहे. कथा लेखनाच्या क्षेत्रात त्यांनी चांगले नाव कमाविले. त्यांच्या कथांतून मुख्य म्हणजे ग्रामीणजीवनाचे दुःख, वेदना, तसेच मानवी जीवन विशद करणारे त्यांचे साहित्य प्रसिद्ध झाले. अशा या कथा, कादंबरीकार मधु मंगेश कर्णिक यांनी रत्नागिरी येथे १९९० च्या डिसेंबर मध्ये झालेल्या ६४ व्या अखिल भारतीय मराठी साहित्य संमेलनाचे अध्यक्षपद भूषविले होते.

सिंधुदुर्ग जिल्ह्यातील करुळ या गावी मधु मंगेश कर्णिक त्याचा जन्म २८ एप्रिल १९३३ मध्ये झाला. मधु मंगेश कर्णिक यांनी १९५२ ते १९६५ पर्यंत महाराष्ट्र राज्य परिवहन महामंडळात नोकरी केली. १९६९ मध्ये मुख्यमंत्री वसंतराव नाईक यांचे जनसंपर्क अधिकारी म्हणून त्यांची नियुक्ती झाली होती. त्यानंतर त्यांनी लघु उद्योग विकास मंडळाचे महाव्यवस्थापक म्हणून काम पाहिले. विशेष म्हणजे ते पदवीधर नसतानाही या पदापर्यंत पोहोचले होते. खरं तर मधु मंगेश कर्णिक हे कामगारांच्या मेहनती हातांचा तळवा शोधणारे, त्या हातांच्या तळव्यावर पृथ्वी उभी आहे असे म्हणणाऱ्यापैकी एक. या हातांच्या संदर्भात विचार मांडताना ते म्हणतात की, ''या हातांची किमया काय वर्णावी? रेशमाला स्पर्श केला तर हाताला लागतो त्याचा भरजरी पदर, शिळेला स्पर्श केला तर त्यातून बाहेर मूर्ती येते, मातीला स्पर्श केला तर हाताला सोने लागते आणि चांदीला स्पर्श केला तर पैंजण रुणझुणतात! अहो, आम्ही या पृथ्वीचे विधाते! श्रमशक्तीचे पूजक! सगळ्यांचे रक्षण करणारे आम्ही शेवटी शतकानुशतके कफल्लकच!''

यावरून लक्षात येईलच की त्यांची साहित्यकृती ही दुसऱ्या माणसाला जाणून घेण्याची कला, ती त्यांना जन्मजातच लाभली. आजपर्यंत बावीस कथासंग्रह सात कादंबऱ्या, तीन ललित लेखसंग्रह आणि एक नाटक अशी साहित्यसंपदा त्यांच्या नावावर आहे. ते म्हणतात की, मी एका कामगाराचे बोट पकडून कथालेखनास

सुरुवात केली. १९५५ साली मी लिहिलेली पहिली बक्षिसाची कथा एका एस. टी. कंडक्टरच्या जीवनातील अनुभवावर आधारलेली होती. त्यांचे पहिले पुस्तक 'कोकणी ग वस्ती ऽ' तर 'माहिमची खाडी' या कादंबरीमध्ये त्यांनी मुंबईच्या कष्टकरी जगाचं चित्रण केलं. 'संधिकाल' या कादंबरीमध्ये एका गिरणी कामगाराचे उद्ध्वस्त जीवनचित्र रेखाटले आहे. या सर्व बाबींवरूनअसे लक्षात येते की, त्यांच्या साहित्यातून कामगार, शोषित, पीडितांच्या सुखदु:खाचे हुंकार उमटलेले दिसतात. समाजातील अनेक बेरोजगारांना त्यांनी रोजगारसुद्धा मिळवून दिला. गावकऱ्यांच्या सहकार्याने शिक्षण प्रसारक मंडळ व शाळेची स्थापनासुद्धा केली. असे ग्रामीण जीवनाचे वास्तव कथा, कादंबरीच्या माध्यमातून मांडून त्यांना न्याय देण्यात यशस्वी झालेले मधु मंगेश कर्णिक यांनी रत्नागिरी येथे १९९१ मध्ये झालेल्या ६४ व्या अखिल भारतीय मराठी साहित्य संमेलनाचे अध्यक्षपद भूषविले होते. तसेच चिपळूण येथे २००१ मध्ये 'महाराष्ट्र कामगार मंडळा' तर्फे १० वे राज्यस्तरीय कामगार साहित्य संमेलनाचे अध्यक्षपदसुद्धा भूषविले होते. या संमेलनात त्यांनी कामगारांविषयक वास्तव सविस्तरपणे आपल्या भाषणातून मांडले होते.

रमेश मंत्री
१९९२, कोल्हापूर

कोल्हापूर येथे १९९२ मध्ये ६५ वे अखिल भारतीय मराठी साहित्य संमेलनाचे आयोजन करण्यात आले होते या संमेलनाचे अध्यक्षपद विनोदी लेखक रमेश मंत्री यांनी भूषविले होते. रमेश मंत्री यांचे प्राथमिक शिक्षण महापालिकेच्या शाळेत पूर्ण झाले. पुढे मॅट्रिकची परीक्षा उत्तीर्ण करून १९४३ ला ते बी. ए. झाले. घरची परिस्थिती फार काही चांगली नव्हती. म्हणून त्यांना पुढचे शिक्षण घेणे जड झाले होते. परंतु इच्छा तेथे मार्ग या प्रमाणे त्यांनी मित्राच्या सहकार्याने एल्फिस्टन महाविद्यालयातून पुढील शिक्षण त्यांना घेता आले. मुंबई विद्यापीठातून त्यांनी पीएच. डी. केल्यानंतर त्यांनी अमेरिकन सरकारच्या माहिती खात्यात बरीच वर्ष काम केले. मराठी लेखनाकडे त्यांनी व्यवसाय म्हणून पाहिले नाही. तर यापासून मिळालेला पैसा नवे अनुभव घेण्यासाठी खर्च केला पाहिजे ह्या मताचे रमेश मंत्री. १९७० मध्ये त्यांनी सी. रामचंद्र यासारख्या दिग्गजांना हाताशी घेऊन 'आर्ट इंटरनॅशनल' नावाची संस्था सुरू केली. 'महानगर', 'अक्षर', 'बारा

लाखात जगाची सफर' इत्यादी. कादंबऱ्या लिहिल्या आणि ७० पेक्षा अधिक विनोदी कथासंग्रह त्यांनी लिहिले. शिवाय प्रवासवर्णन लिहिले. २० पेक्षा अधिक विनोदी नाटकेसुद्धा लिहिली. 'जनू बान्डे' या त्यांच्या ग्रंथास राज्य सरकारचे पारितोषिक मिळाले होते. अशा ह्या मानवी जीवनाच्या उत्थानासाठी उपयुक्त असलेल्या विनोदी साहित्याचा आदर करून रमेश मंत्री यांना कोल्हापूर येथे १९९२ मध्ये ६५ वे अखिल भारतीय मराठी साहित्य संमेलनाचे अध्यक्षपद बहाल करण्यात आले होते व ते त्यांनी स्वीकारून आपल्या भाषणातून आपला विचार सविस्तरपणे मांडला.

विद्याधर गोखले
१९९३, सातारा

कुशल संघटक तसेच मराठी रंगभूमीचे ज्येष्ठ नाटककार व शिवसेनेचे लोकप्रिय खासदार विद्याधर गोखले यांची सातारा येथे होणाऱ्या १९९३मध्ये झालेल्या ६६व्या अखिल भारतीय मराठी साहित्य संमेलनाच्या अध्यक्षपदी निवड करण्यात आली होती व त्यांनी हे अध्यक्षपद भूषविले होते.

विद्याधर गोखले यांचे वडील संभाजीराव गोखले हे काँग्रेसपक्षाचे नेते होते. विद्याधर गोखले यांचे असे म्हणणे होते की, जनसंपर्कातून जो लोकमानस जाणतो तो खरा संपादक असतो. त्यांनी 'दै. लोकसत्ता' या महाराष्ट्रातील लोकप्रिय दैनिकाचे संपादक म्हणून काम पाहिले. त्यांनी १९६० ते १९८५ या काळात पंधरा नाटकांचे लेखन केले. विद्याधर गोखले हे नाटककार म्हणून जेवढे प्रसिद्ध होते तसेच चतुरस्त्र वक्ते म्हणून तेवढेच प्रसिद्ध होते. संघ परिवाराशी त्यांचा संबंध आल्याने ते शिवसेना या राजकीय पक्षाशी त्यांचे विचार जुळले. शिवसेनेचे खासदारकी करिता त्यांना तिकीट मिळाले व ते या निवडणुकीत निवडून आले. १९७४ मध्ये त्यांना नाट्य संमेलनाचे अध्यक्षपद त्यांनी भूषविले. तसेच त्यांनी भाजप-सेना युतीच्या काळात साहित्य संस्कृती महामंडळाचे अध्यक्ष म्हणून काम पाहिले. नाटकाशिवाय चरित्रे व व्यक्तिरेखा व कथासंग्रह ही प्रकाशित आहेत. असे साहित्यिक व जनप्रतिनिधी म्हणून ते सर्व महाराष्ट्रभर प्रसिद्ध होते. त्यांच्या साहित्य लेखनाचा आदर करून त्यांची सातारा येथे होणाऱ्या १९९३ मध्ये झालेल्या ६६ व्या अखिल भारतीय मराठी साहित्य संमेलनाच्या अध्यक्षपदी निवड करण्यात आली होती व त्यांनी हे अध्यक्षपद भूषविले होते.

प्राचार्य राम शेवाळकर
१९९४, पणजी

जी ईश्वरी शक्ती आपल्याला जन्मी घालते; चालायला, बोलायला शिकविते ज्ञानाचे आकलन करण्याची शक्ती देते, सृष्टिज्ञान मनुष्याला प्राप्त करून देते आणि विकारावर विजय प्राप्त करण्यासाठी आत्मबळ देते, असं रसाळ भाषेत आपलं मनोगत प्रगट करीत असलेले, तसेच ज्यांच्या मुखातून अत्यंत सहजभावनेतून सांगितलेला शब्द न् शब्द आत्म्याचा आवाज असल्याचा भास होतो; यासोबतच श्रद्धा असावी पण ती अंधश्रद्धा नसावी ही जाणीव करून देणारे प्राचार्य राम शेवाळकर यांनी पणजी येथील ६७ व्या अखिल भारतीय मराठी साहित्य संमेलनाचे अध्यक्षपद भूषविले होते.

वक्ता दशसहस्त्रेषु म्हणून त्यांचा गौरव केला जातो. राम शेवाळकरांचा जन्म अचलपूर, जिल्हा अमरावती येथे २ मार्च १९३१ ला झाला. त्यांचे वडील नामवंत कीर्तनकार होते. शालेय जीवनातच ते वादविवाद स्पर्धेत भाग घेत असत. संस्कृत हा विषय घेऊन ते नागपूर विद्यापीठामध्ये एम. ए. झाले. नंतर त्यांनी मराठी विषयातसुद्धा एम. ए. केले. ज्ञानाचा प्रचंड साठा आणि मुद्दे प्रभावीपणे मांडण्याची त्यांची वेगळीच हातोटी होती. १९५७ मध्ये नांदेडच्या पीपल्स महाविद्यालयामध्ये प्राध्यापक म्हणून रूजू झाले. १९६५ मध्ये त्यांनी वणीच्या लोकमान्य टिळक महाविद्यालयात प्राचार्य म्हणून काम केले. महाराष्ट्रातील नामवंत व लोकप्रिय वक्त्यांमध्ये प्राचार्य राम शेवाळकरांचे नाव अग्रक्रमानं घेतले जात होते.

विदर्भ साहित्य संघाचे अध्यक्ष असताना साहित्याची गोडी लागावी, वाचन आणि लेखनसंस्कृतीला पोषक होण्याच्या दृष्टीने त्यांनी प्रत्येक जिल्ह्यात शाखा निर्माण केल्या. 'साहित्याचे अक्षर लेणे', 'रुचिभेद', 'सारस्वताचे झाड' इत्यादी लेखसंग्रह त्यांच्या नावावर आहेत. त्यांना साहित्यसेवेबद्दल राष्ट्रीय व राज्य पातळीवर अनेक मानसन्मान मिळाले. म्हणूनच १९९४ मध्ये पणजी येथील ६७व्या अखिल भारतीय मराठी साहित्य संमेलनाचे अध्यक्षपद भूषविले होते. अध्यक्षपद स्वीकारल्यानंतर त्यांनी साहित्यविषयक असणाऱ्या अडचणी जाणून घेऊन त्या सोडविण्याचे कार्य केले.

नारायण सुर्वे
१९९५, परभणी

'उदास आभाळातील सूर्य' अशी ज्यांची ख्याती आहे असे ज्येष्ठ कवी नारायण सुर्वे यांनी १९९५ मध्ये ६८व्या परभणी येथे झालेल्या अखिल भारतीय मराठी साहित्य संमेलनाचे अध्यक्षपद भूषविले होते.

साम्यवादाशी त्यांची अढळ निष्ठा असल्यामुळे काव्याच्या माध्यमातून त्यांनी श्रमिक, दलितांची दुःखे मांडली. मिळेल ते काम करण्याची त्यांची तयारी असल्यामुळे शाळेत शिपायाच्या नोकरीपासून ते मुंबई महानगरपालिकेत प्राथमिक शिक्षकाच्या नोकरीपर्यंत ते पोहोचले होते. त्यांनी जास्तीत जास्त कामगारांवर विषय घेऊन काव्यरचना केली त्यामुळे सुरुवातीच्या काळात हेटाळणीसुद्धा झाली परंतु या हेटाळणीला न जुमानता या विषयावरील काव्य रचना लिहिणे सोडले नाही. हमाल, कामगार, वेश्या, क्रांतीचे नेते, श्रमिक जनता, हे त्यांचे काव्याचे विषय होते. हे सर्व विषय पाहता त्यांनी उपेक्षितांना साहित्यात स्थान प्राप्त करून दिले. त्यांचा 'ऐसा गा मी ब्रह्म' हा पहिला काव्य संग्रह. त्यांच्या ह्या साहित्य सेवेचा सरकारकडून आदर केला गेला. त्यांना दोनदा राज्य पुरस्कार देऊन गौरविण्यात आले. तसेच सोविएत रशियाकडून नेहरू पारितोषिक देऊन त्यांचा गौरव करण्यात आला होता. काव्य लेखनासोबतच त्यांचे सात कथासंग्रह व 'दादर पुलाकडची मुले' हे त्यांचे अनुवादित संग्रह होत. उत्कृष्ट शिक्षक म्हणून त्यांना महापौर पुरस्कारसुद्धा मिळाला.

कामगारांमधील साहित्यिकाचा शोध घेऊन तसेच कामगार हा केवळ कामगार न राहाता एक आदर्श कुटुंब प्रमुख व सुजाण नागरिक बनावा, त्याला सामाजिक प्रतिष्ठा मिळावी या उदात्त हेतूने कल्याणकारी उपक्रम राबविण्याचे हे प्रयत्न अव्याहतपणे सुरू आहेत. त्याचीच फलश्रुती म्हणून कामगारांचे साहित्य संमेलनाचे आयोजन ठरविण्यात आले. मंडळाने हे व्यासपीठ कामगारांकरिता उपलब्ध करून दिले ते सन ९ जानेवारी १९९२ ला पुणे येथे कामगारांचे पहिले साहित्य संमेलन घेऊन मुहूर्तमेढ रोवली.

पहिल्या कामगार साहित्य संमेलनाचे संमेलनाध्यक्ष होण्याचा मान कवी नारायण सुर्वे यांना मिळाला होता. ते या अध्यक्षपदास पूर्ण न्याय देण्यास यशस्वी झाले. त्यांच्या अध्यक्षीय भाषणातील काही प्रमुख मुद्दे ऐकल्यानंतर कामगारांविषयीची त्यांची तळमळ लक्षात आल्याशिवाय राहणार नाही. अध्यक्षीय भाषणाची सुरुवात व

कामगार साहित्यिकांविषयी मौलिक विचार मांडताना ते म्हणातात. 'आपले पहिले महाराष्ट्रव्यापी साहित्य संमेलन पुणे येथे भरत आहे. ह्या घटनेला केवळ महाराष्ट्राच्याच नव्हे तर एकूण भारतीय कामगार वर्गाच्या आणि परिवर्तनवादी आंदोलनाच्या इतिहासात अपूर्व असे स्थान आहे. ह्या पहिल्याच कामगार वर्गीय आणि वर्ग म्हणून एकूण राष्ट्रीय प्रवाहात स्वत:ची मौलिक भूमिका अदा करू इच्छिणाऱ्या संमेलनाचे अध्यक्षपद मला देऊन जो माझा गौरव करत आहात, त्याबद्दल आपले आभार मानतो आणि आनंद व्यक्त करतो.' कामगारांविषयी बोलताना कवी नारायण सुर्वे म्हणतात की, "लोकमान्य टिळक तर भारतीय स्वातंत्र्यलढ्याचे नेतृत्व करत होते व त्यांच्या आयुष्याच्या अंतिम कालखंडात बोल्शेविक पद्धतीची क्रांती व्हावी, ह्या विचारापर्यंत येऊन ठेपले होते, असे नवे संशोधन आता इतिहासकारांनी सिद्ध केलेले आहे." १९१८ सालच्या भाषणात ते म्हणाले होते, 'ह्या हिंदुस्थानचे राजे कोण? कामगार आणि शेतकरी जनता हेच या देशाचे राजे होत!'

मार्गदर्शन करताना पुढे ते म्हणाले, "मित्रहो! आपण अशा एका वातावरणात जगत आहोत की, हे वातावरण मोठे संमिश्र स्वरूपाचे आहे. आपल्या देशावर संकटाचे मोठे सावट जातीयवादाच्या रूपाने, विघटन शक्तींना एकवटत, फुटीरता निर्माण करणाऱ्या राक्षसांना संघटित करीत आहोत. धर्मांध शक्ती वाढतच आहेत. इतकेच नव्हे, तर आपल्या देशाची सत्ता हातात घेण्यासाठी मिळेल त्या साधनाने स्वत:चे बळ वाढवित आहेत कर्मठ धर्म व त्यांच्या सत्ता आणि पिळवणुकीवर आधारलेली शोषणव्यवस्था ह्या संकल्पना आजच्या नव्या युगात कालबाह्य व्हाव्यात ही आपली इच्छा असली तरी तीच प्रभावी व बलदंड शक्ती म्हणून वाढते आहे. असे संकेतसुद्धा त्यांनी जाहीरपणे दिले. महाकवी नारायण सुर्वे यांचे 'ऐसा गा मी ब्रह्म', 'माझे विद्यापीठ', 'जाहीरनामा', 'सनद' हे काव्यसंग्रह. १९८२ मध्ये महाराष्ट्र शासनाने मराठीचे एक श्रेष्ठ मानकरी म्हणून त्यांचा गौरवही केला. १९९५ साली परभणी येथे झालेल्या अ. भा. मराठी साहित्य संमेलनाच्या अध्यक्षपदाचा मान त्यांना मिळाला होता.

अशा प्रकारे स्वातंत्र्यपूर्व व स्वातंत्र्यानंतरचा झालेला म्हणजेच १८७८ ते आजपर्यंतचा होत असलेला अखिल भारतीय मराठी साहित्य संमेलनांचा गोषवारा लक्षात घेतल्यास ही गोष्ट अधिक स्पष्ट होते. खरं तर मराठी वाङ्मय उन्नतीसाठी व भाषेचा प्रचार व प्रसार होऊन जनमानसाच्या समृद्धीकरिता व सुसंस्कारित मनाच्या जडणघडणीकरिता, तसेच राष्ट्राच्या उभारणीकरिता भाषेचं महत्त्व असल्याचं स्पष्ट झाल्याने खऱ्या अर्थाने अखिल भारतीय मराठी साहित्य संमेलनास अधिक महत्त्व

प्राप्त झाले आहे. मराठी भाषेचा विचार करता त्या भाषेला राजमान्यताही तेवढीच महत्त्वाची ठरते. मराठी भाषेला एक इतिहास आहे. पूर्वीच्या काळी राजदरबारात कवीला स्नेहपूर्वक आमंत्रण देऊन त्याच्या तोंडून मराठी कविता राजदरबारात ऐकण्याचा एक मतप्रवाह होता. यामागचा हेतू मनोरंजन नसून भाषेचं समृद्ध रूप पाहण्याचा हेतू स्पष्ट होता. त्यामुळे भाषेविषयीची आत्मीयता राजा व प्रजा दोघांमध्येही वाढण्याच्या दृष्टीने व भाषेचा विकास होण्यास मदत तर होत होतीच, याशिवाय भाषेविषयीची आत्मीयता अधिकाधिक वाढीस लागत होती. अशा स्वरूपाच्या ह्या भरलेल्या राजदरबारात कार्यक्रमानंतर त्या साहित्यिकांचा यथोचित सत्कारसुद्धा घेतला जात होता. आज मराठी भाषेच्या उत्कर्षाकरिता अनेक प्रयत्न केले जात आहेत. उत्कृष्ट साहित्यकृतीला पुरस्कार देऊन गौरविलेसुद्धा जात आहे. परंतु एक गोष्ट प्रकर्षाने जाणवते ती म्हणजे ज्या उत्कृष्ट साहित्यकृतीला पुरस्कार दिला जातो त्यास मग मात्र पुन्हा राजदरबारात आपलं पुरस्कृत साहित्य मांडण्याचं भाग्य लाभत नाही. मराठी भाषेच्या गुणगौरवासाठी आजच्या राजदरबारात, म्हणजे विधानसभा व विधान परिषदेत, असं साहित्य मांडण्याची संधी दिल्यास खऱ्या अर्थाने मराठी भाषेच्या गौरव होऊन भाषेचे महत्त्व राजकिय पुढाऱ्यांना तथा जनतेलासुद्धा कळल्याशिवाय राहणार नाही. केवळ मराठीतून शपथ घेतली म्हणजे मराठीचा विकास झाला असे नाही. किंवा भाषेचा आदर केला असेही नाही. सर्वांगाने राजदरबारात मराठी भाषेचा विकासाच्या दृष्टीने प्रयत्न केल्यासच मराठी भाषेला महत्त्व प्राप्त होईल हेही तेवढेच खरे. म्हणूनच स्वातंत्र्यपूर्व व स्वातंत्र्यानंतरच्या झालेल्या अखिल भारतीय साहित्य संमेलनास अधिक महत्त्व प्राप्त होत आहे. म्हणूनच संमेलनाध्यक्षांच्या कार्यप्रणालीकडे साहित्यप्रेमींचे विशेष लक्ष असल्याचे निदर्शनास येते. साहित्य विकासाकरिता वर्षभर अशा स्वरूपाच्या कार्यक्रमाची प्रत्यक्ष अंमलबजावणीकरिता संमेलनाध्यक्षांना एक लक्ष रुपयाचा धनादेश संमेलनातच प्रदान करण्यात येतो. खरं तर साहित्य संमेलनाच्या माध्यमातून मराठी भाषिकांच्या व भाषेच्या संदर्भात झालेल्या चुका शोधून त्या दुरुस्त करून मराठी भाषा अधिकाधिक लोकप्रिय कशी होईल याकडे साहित्यिकांनी लक्ष दिल्याचे निदर्शनास येते. म्हणूनच साहित्य संमेलनाच्या आयोजनामागचा हेतू साध्य झालेला दिसतो. अशा या संदर्भात स्वातंत्र्य पूर्व व स्वातंत्र्यानंतरच्या झालेल्या अखिल भारतीय साहित्य संमेलनाची कामगिरी व अध्यक्षीय भाषणात घेतलेल्या विषयांचा परामर्श व साहित्य समृद्धीकरिता एक वर्षभर प्रयत्न करणारे संमेलनाध्यक्ष, तसेच साहित्य संमेलनाच्या माध्यमातून मराठी भाषेचे भावविश्व, तसेच मानवी जीवनातील विविध पैलूंवर यथार्थ चिंतन स्वातंत्र्य मिळण्याआधी व स्वातंत्र्यानंतरची

झालेली अखिल भारतीय साहित्य संमेलनाची कामगिरी पाहता आपल्या लक्षात आलेच असेल की, ''मराठी भाषेच्या अभिवृद्धी करिता अखिल भारतीय मराठी साहित्य संमेलने गरजेचे आहे.''

***

अजूनही येतो सुगंध फुलांचा...

२००९ व २०१० या वर्षात जवळपास पस्तीस साहित्यिकांची जन्मशताब्दी असल्याने या कर्तृत्वसंपन्न साहित्यिकांचे स्मरण झाल्याशिवाय राहणार नाही. असा हा योग यापूर्वी आलेला आहे किंवा नाही याबद्दल नक्की सांगता येणार नाही. परंतु असं जरी असलं तरीसुद्धा या वर्षात मात्र एवढ्या मोठ्या संख्येने नामवंत साहित्यिकांच्या जन्माला शंभर वर्ष पूर्ण होत आहेत. म्हणूनच असं म्हणावसं वाटतं की, अजूनही येतो सुगंध फुलांचा... कदाचित आणखीही काही नामवंत साहित्यिकांची या यादीमध्ये भर पडू शकते. हेसुद्धा नाकारून चालणार नाही. या शताब्दी वर्षानिमित्त सर्व साहित्यिकांना माझे प्रथम विनम्र अभिवादन. शताब्दी वर्षाची आठवण याचकरिता करून घ्यावी लागते की, त्या साहित्यिकांचे स्मरण व्हावे. त्यासोबतच त्यांच्या साहित्यांचा विसर पडू नये, कारण त्या लेखकाची होणारी जडणघडण ही त्या समकालीन घटना, प्रसंग व उद्भवणारी परिस्थिती यामधून झालेली असते. आभाळाच्या पलीकडे ईश्वराचे स्पंदन व त्या स्पंदनाचा आधार घेत लेखक जीवन जगत असतो. शेवटी मृत्यू अटळ आहे. मनुष्याचे जीवन हे डोळ्याच्या उघडझापडी इतकेच आहे. असे असले तरीही अज्ञानाच्या अंधारास छेद देऊन ज्ञानरूपी प्रकाश पसरविण्यात खऱ्या अर्थाने साहित्यिक मंडळी यशस्वी झालेली आहेत. त्यामुळेच समाजात चांगले परिवर्तन होत असून, त्याचे चांगले पडसाद अनुभवास येतात. चौफेर विचार व प्रखर बुद्धीमत्तेच्या बळावर सकस लिखाण होत असते. निसर्गात, समाजात झालेले बदल व याबद्दलच्या बऱ्या वाईट घेतलेल्या अनुभवाच्या शिदोरीवर कुणी काव्य, कथा, कादंबरी, शोधनिबंध, वैचारिक लेख, ललित लेख, प्रवास वर्णन, व्यक्तिचित्रे, समीक्षा, विनोदी लेखसंग्रह, विडंबनकाव्य, इत्यादी साहित्यांच्या माध्यमातून अमर्याद उत्साह व उत्कटतेच्या भरवशावर आपल्या लेखणीच्या समर्थ आविष्काराने आपला ठसा साहित्यिक उमटवित असतात.

नावीन्याची ओढ माणसाच्या रक्तात असते, तरीपण तो काही रडगाणं सोडत नाहीय. मात्र बदल हासुद्धा रोजच्या जगण्याला आवश्यकच, जरी तो सामान्य असला. जसे बगीच्यातील जाई जुई, मोगरा या फुलांचा दरवळ, जेवताना ताटात वाढलेली ताज्या मस्त कैरीची फोड, सुकलेल्या घशाला थंडावा देणारं, कोऱ्या करकरीत पाझरणाऱ्या माठातलं गार पाणी आणि सकाळी उठल्यावर घराच्या अंगणातील आंब्याच्या झाडावर बसलेल्या कोकिळेचा मधुर स्वर... खरं तर हे बदल किती सामान्य, नित्याचे– पण तरीही ते अनुभवताना मन कसं व किती उल्हसित होऊन जातं!! तसचं एखादा काव्य संग्रह, कादंबरी, नाटक, कथासंग्रह, विडंबन काव्य वाचल्यावरसुद्धा अशीच अनुभूती येते. म्हणूनच ह्या साहित्यिकांचा व त्यांच्या साहित्यरूपी फुलांचा अजूनही सुगंध दरवळतो ! हा सुगंध दरवळतच राहणार हेही तेवढे खरे !!

रसिकांच्या मनामनात या साहित्यिकांनी घर केलं आहे, म्हणूनच त्या वाटेवर पावलं टाकताना संत तुकाराम महाराजांचे वचन आठवते -

आम्हा घरी धन शब्दाचीच रत्ने
शब्दाचीच शस्त्रे, यत्ने करू ।
शब्दची आमुच्या जीवाचे जीवन
शब्द वाटू धन जनलोका ॥

मनाची दारं बंद झाल्यास/केल्यास पडणाऱ्या काळोखात मन गुदमरून जातं या मधून जर सुटका करावयाची असेल, तर मात्र एखाद्या पुस्तकाच्या संगतीनं सहज आपलं निरंजन उजळेल व खऱ्या आनंदाचा आस्वाद घेता येईल. सध्याच्या ह्या अस्थिर, हिंसक आणि प्रक्षोभक परिस्थितीत आपली ग्रंथसंपदा म्हणजे मानवी सृजनशीलतेचा एक लहानसा दिवा जरी असला, तरीसुद्धा अवतीभवती दाटलेल्या काळोखात दिव्याचाच अंधार असतो. हे काय सांगायला हवं ? हे अक्षरधन आपली चिरकालीन संपत्ती आहे. याचं सध्या भान नसलं तरी प्रत्येक रात्रीनंतर पहाट असतेच, हे कसं नाकारणार? म्हणूनच अक्षरधन हीच आपली खरी संपत्ती आहे. जन्मशताब्दी निमित्त वास्तविक पाहता सर्व साहित्यिकांचा व त्यांच्या साहित्याचा परिचय करून माहिती देणे गरजेचे असले तरी हे सोपे नाही म्हणूनच जेवढी माहिती देता येईल ते देण्याचा प्रामाणिक प्रयत्न करीत आहे.

***

मराठी साहित्य विश्व समृद्ध करणाऱ्यामधील ज्या पस्तीस साहित्यिकांची

जन्मशताब्दी सन २००९ - २०१० आहे ती नामावली पुढीलप्रमाणे

	जन्म दिनांक	मृत्यू दिनांक
प्रभाकर आत्माराम पाध्ये	०४ जानेवारी १९०९	२२ मार्च १९८४
विश्वनाथ कृष्ण क्षेत्रीय	०९ जानेवारी १९०९	२६ नोव्हेंबर १९९१
वामन रावजी ढवळे	०२ फेब्रुवारी १९०९	३० जून १९८४
केशव विष्णू बेलसरे	०८ फेब्रुवारी १९०९	०३ जानेवारी १९९८
दामोदर अच्युत कारे	०४ मार्च १९०९	२३ सटेंबर १९८५
रामचंद्र नारायण दांडेकर	१७ मार्च १९०९	११ डिसेंबर २००१
बाळकृष्ण दत्तात्रय सातोसकर (संत तुकडोजी महाराज)	२६ मार्च १९०९	२७ नोहेंबर २०००
माणिक बंडोजी ठाकूर	३० एप्रिल १९०९	१० नोव्हेंबर १९६८
नारायण माधव संत	२३ मे १९०९	मे जून १९४७
गजानन लक्ष्मण ठोकळ	२६ मे १९०९	२२ जुलै १९८४
बाबुराव अर्नाळकर		
चंद्रकांत सखाराम चव्हाण	०८ जून १९०९	०४ जुलै १९९६
नागोराव घनश्याम देशपांडे	२१ ऑगस्ट १९०९	१० मे २०००
गणेश विनायक अकोलकर	१७ सप्टेंबर १९०९	२३ नोव्हेंबर १९८३
दत्तात्रय (दत्तु) तुकाराम बांदेकर	२२ सप्टेंबर १९०९	३ आक्टोबर१९५९
बाळकृष्ण रंगराव सुंठणकर	२९ सप्टेंबर १९०९	५ डिसेंबर १९९९
बाळ सीताराम मर्ढेकर	०१ डिसेंबर १९०९	२० मार्च १९५६

डॉ. नारायण गोविंद कालेलकर	११ डिसेंबर १९०९	०३ मार्च १९८९
गंगाधर बळवंत ग्रामोपाध्ये	११ डिसेंबर १९०९	१८ ऑक्टोबर२००२
रघुवीर जगन्नाथ सामंत	२४ डिसेंबर १९०९	१७ सप्टेंबर १९८५
गणेश रंगो भिडे	०६ जून १९०९	०८ जून १९८१
दुर्गा नारायण भागवत	१० फेब्रुवारी १९१०	०७ मे २००२
पुरुषोत्तम भास्कर भावे	१२ एप्रिल १९१०	१३ ऑगस्ट १९८०
अरविंद गंगाधर मंगरूळकर	२९ एप्रिल १९१०	२७ मे १९८६
भास्कर रामचंद्र भागवत	३१ मे १९१०	२७ आक्टोबर२००१
पुरुषोत्तम शिवराम रेगे	०२ ऑगस्ट १९१०	१७ फेब्रुवारी १९७८
बाळकृष्ण भगवंत बोरकर	३०नोव्हेंबर १९१०	०८ जुलै १९८४
शांताराम गोविंद आठवले	२१ जानेवारी १९१०	०२ मे १९७५
श्रीपाद वामन काळे	०५ मार्च १९१०	२६ मे २०००
शंकर दत्तात्रय भोसले	०२ एप्रिल १९१०	१६ जून १९७२
सुमती हरीचंद्र पायगावकर	०७ जून १९१०	०६ मे १९९५
दिनकर केशव बेडेकर	०८ जून १९१०	०३ मे १९७३
गोविंद रामचंद्र दोडके	१२ जुलै १९१०	१३ जानेवारी १९६३
गणेश त्र्यंबक देशपांडे	१४ ऑगस्ट १९१०	१८ नोव्हेबर १९८१
चिंतामण गणेश काशीकर	१७ ऑगस्ट १९१०	२८ डिसेंबर २००३
सेतु माधवराव पगडी	२७ ऑगस्ट १९१०	१४ ऑक्टोबर १९९४

***

प्रभाकर पाध्ये

सच्चा भावनेचा संवेदनशील पत्रकार, साहित्यिक, प्रभाकर आत्माराम पाध्ये यांचा जन्म ४ जानेवारी १९०९ रोजी झाला. अत्यंत कुशाग्र बुद्धिमत्तेच्या जोरावर विद्वान ग्रंथकार व आपल्या लेखणीच्या समर्थ आविष्काराने वृत्तपत्रकारिकतेचा कालखंड गाजवून, दीपस्तंभासारखा अंधार नष्ट करून, एक उत्तम संपादक म्हणून सर्वदूर तत्त्वनिष्ठ पत्रकार म्हणून त्यांची ओळख झाली. अर्थशास्त्र, राज्यशास्त्र, सौंदर्यशास्त्र, मानसशास्त्र, तत्त्वज्ञान, साहित्य, अशा सर्व विषयांत ते पारंगत होते. अस्मितेची विचारशलाका प्रज्वलित करणाऱ्या अर्थभोर लेखामुळेच वृत्तपत्रीय लेखन प्रभावी ठरले.

मराठी साहित्य व संस्कृतीच्या क्षेत्रात आयुष्याचा अधिक काळ त्यांनी घालवला. 'धनुर्धारी' या नियतकालिकावर संपादक म्हणून त्यांनी काम पाहिले. त्यांच्या आगळ्यावेगळ्या निर्भीड लेखनशैलीमुळे उत्तम संपादक म्हणून त्यांच नाव घेतलं गेलं. मानवता व लोकशाहीवर त्यांची प्रचंड निष्ठा होती. विशेष बाब नमूद करावयाची झाल्यास नैतिकतेवर आधारित समाजवादी विचारसरणीचे ते पुरस्कर्ते होते. त्यांच्या स्वत:विषयी बोलताना त्यांनी असे स्पष्ट केले, "मी मानवतेवरील निष्ठेचा व लोकशाहीवरील निष्ठेच्या दृष्टीने मी एकंदर सर्व प्रकाराकडे पाहत असतो. जेथे मानवतेचा खून होत असेल, लोकशाहीवरील निष्ठेला जेथे तडे जात असतील तेथे तेथे मी माझ्या लेखणीने प्रहार करतो."

१९४६ ते १९५३ या कालखंडात त्यांनी 'नवशक्तीचे' संपादक म्हणून काम पाहिले व सामाजिक परिवर्तनाच्या दृष्टीने सर्व विषय निर्भीडपणे मांडले. १९५३ नंतर 'नवशक्ती' हे वृत्तपत्र सोडून दिले आणि 'द इंडियन कमिटी फॉर कल्चरल फ्रीडम' या संस्थेचे चिटणीस झाले, तर १९५५ मध्ये काँग्रेस फॉर कल्चरल फ्रीडम' या आंतरराष्ट्रीय संस्थेचे आशिया खंडाचे सरचिटणीस म्हणून ते

दिल्लीला गेले. इथे त्यांच्या जीवन व कार्यशैलीस एक वेगळे व नवीन असे वळण मिळाले. जागतिक स्तरावरील बुद्धिवंतांशी त्यांचा संपर्क आला. अभ्यास व चर्चा याच्यासोबतच पत्रलेखनाचाही प्रचंड उत्साह त्यांना होता. याचा चांगला असा परिणाम की, त्यांच्या मित्रपरिवारात दिवसेंदिवस वाढच होत होती व या मधूनच अनेक माणसे जोडली. 'नवशक्ती', 'सकाळ', 'महाराष्ट्र टाईम्स', या वृत्तपत्रातून व 'सोबत', 'हंस', 'मनोहर', 'दीपावली', 'शब्दश्री', या नियतकालिकातून त्यांनी लेखन केले.

'आजकालचा महाराष्ट्र-वैचारिक प्रगती', १९३५ मध्ये श्री. रा. टिकेकर यांच्या सहकार्याने लिहिलेला प्रभाकर पाध्ये यांचा पहिला ग्रंथ होय. सामाजिक विषयाची बांधिलकी मान्य करून मानवी मूल्याची जोपासना करणारे त्यांचे लेखन होते. मान्यता पावलेले प्रभाकर पाध्ये यांचे 'व्याधाची चांदणी', 'कृष्णकमळाची वेल', 'अर्धवर्तुळ', 'अंधारातील सावल्या' हे कथासंग्रह लिखाणाच्या संदर्भात म. द. हातकणंगलेकर यांनी प्रभाकर पाध्येच्या कथेच्या 'नवकथेची पहाट' असा यथार्थ उल्लेख केला आहे. असे असले तरी कथालेखनाच्या बाबतीत त्यांचेच '६मराठी वाङ्मयीन जडणघडण' (महाराष्ट्र साहित्य पत्रिका, दिवाळी १९८३) मधील त्यांचे उद्गार असे की, 'मराठी कथालेखनात क्रांती झाली पण मी या क्रांतीच्या काठावरसुद्धा वावरू शकलो नाही.' वास्तविक पाहाता त्यांचे कथाक्षेत्रात भक्कमपणे पाऊल पडले असतानाही त्यांनी असे म्हणावे. यावरून त्यांचे मोठेपण लक्षात आल्याविना राहणार नाही.

'नवेजग:नवी क्षितिजे', 'अगस्तीच्या अंगणात', 'उडता गालिचा', 'लाकोनोमा' आणि 'हिरवी उने', ही प्रवास वर्णने 'मैत्रीण' ही कादंबरी त्याकाळी खूप लोकप्रिय झाली. यामुळेच या कादंबरीची पहिली आवृत्ती १९६१ मध्ये प्रकाशित झाली होती. तर दुसरी आवृत्ती १९६३ मध्ये पुन्हा प्रकाशित करावी लागली. 'चिवारीची फुले', 'आभाळातील अभ्रे', 'मर्ढेकरांची सौंदर्यमीमांसा', 'पाटणकरांची सौदर्य मीमांसा', 'वामन मल्हार आणि विचार सौंदर्य, व 'सौंदर्य अनुभव', या ग्रंथासाधनेतून सौंदर्यनुभवाला सैद्धांतीक पातळीवर घेऊन जाण्यास ते यशस्वी ठरले. सामान्य माणसाच्या मनात जिव्हाळ्याचं स्थान निर्माण करणारं त्यांचं साहित्य. लोकशाही आणि सामाजिक भावना जागृत करून साहित्य साधनेतून समतेचा संदेश जनमानसापर्यंत पोहोचविण्याचा प्रयत्न हाच त्यांच्या साहित्य लेखनाचा मुख्य आशय धागा आहे.

एकंदरीत, असे हे नामवंत पत्रकार तथा साहित्यिक म्हणून या क्षेत्रात प्रभाकर पाध्ये यांनी आपला उमटविलेला ठसा हा एक वैचारिकतेशी नातं सांगणारा असून सौंदर्यशास्त्र, साहित्य, राजकारण, तत्त्वज्ञान, अशा क्लिष्ट विषयाशी संबंधित राहून

त्या विषयाचे सखोल वाचन, चिंतन, मनन, करून त्या विषयाचे योग्य विषय प्रतिपादन केले. विचारांशी एक निष्ठ राहून आवडनिवडीचे प्रतिबिंब त्यांच्या लेखनात पडलेले दिसते. आयुष्याच्या अवतरणातील अनंत प्रश्नांची उकल त्यांनी साहित्याच्या माध्यमातून केलेली आहे. वैचारिक, व्यक्तिचित्रे, सौंदर्यशास्त्र, कथा, कादंबरी, प्रवासवर्णने, समीक्षा, ललितगद्य, अशा विविधांगी लिखाणाच्या माध्यमातून त्यांच्या व्यक्तिमत्त्वाचे वेगवेगळ्या पैलूचे यथार्थ दर्शन होते. सामान्य माणसाच्या मनाच्या देव्हाऱ्यात स्थान टिकवू शकले. एवढी ताकद त्यांच्या लेखनात असल्यामुळेच त्यांच्याविषयी वाचलेल्या माहितीच्या आधारे एक वाचक या नात्याने त्यांच्या जन्मशताब्दीनिमित्त माहिती देऊ शकलो. अशा या अष्टपैलू नामवंत पत्रकार तथा साहित्यिकास माझे विनम्र अभिवादन!

***

राष्ट्रसंत तुकडोजी महाराज
माणिक बंडोजी ठाकूर

अमरावती जिल्ह्यातील यावली या लहानशा खेडेगावात वडील बंडोजी अर्थात नामदेव गणेशपंत इंगळे ठाकूर व आई मंजुळादेवी यांच्या उदरी देदीप्यमान युगपुरुषाचा जन्म ३०/०४/१९०९ रोजी चंद्रमौळी झोपडीत झाला. अकोटचे ब्रह्मनिष्ठ हरिबुवा व माधनचे अलौकिक संत श्री गुलाबराव महाराज यांनी स्वत: 'माणिकदेव' हे जन्मनाव देऊन नामकरण विधी पार पाडला. परंतु पुढे या राष्ट्रसंताचे जन्मनावाऐवजी 'तुकड्या' हे नाव प्रचारात आलं. १९३० च्या वैदर्भीय गोंडवनातील सत्याग्रही शिबिरामध्ये

'झूठी गुलामशाही क्या, डर बता रही है ?...'

अशा प्रकारची ओजस्वी राष्ट्रीय भजनं गाजविल्यामुळे लोक त्यांनी दिलेल्या आदेशाचे पालन करून राष्ट्रीय उत्थानाच्या यज्ञामध्ये भराभर उड्या घेऊ लागले. समाज व समाजसेवेसाठी वंदनीय महाराज एक दीपस्तंभ म्हणून नावारूपास आले. जनमानसाला सुलभ जीवन जगण्याचा व समाजातील जाचक रूढी व अंधारात खितपत पडलेल्या खेड्यापाड्यातील अशिक्षित जनतेला 'ग्रामगीतेच्या' माध्यमातून उजेडाची वाट दाखविणारे संत म्हणून त्यांचा गौरव केला जात होता. म्हणूनच सामान्य जनतेने त्यांना 'राष्ट्रसंत' हा किताब अर्पण केला.

समाजसेवेचे महान कार्य लक्षात घेता १९३२ नंतर हे 'तुकड्याबुवा' 'तुकडोजी' झालेत. १९४१ला तर युवकांचा स्वतंत्र राष्ट्रधर्म शिक्षण वर्ग महाराजांनी घेतला. रा. स्व. संघ, भारत सेवादल इत्यादी संस्थामध्ये जाऊन–

'जाग उठो बलविरो अब तुम्हारी बारी है...'

असा संदेश दिला. महात्मा गांधी, साने गुरुजी यांच्याप्रमाणेच राष्ट्रपती डॉ. राजेंद्रप्रसाद, पंडित जवाहरलालजी, आचार्य कृपलानी, आचार्य विनोबाजी, भाई जयप्रकाश, आदी थोर नेत्यांनीही महाराजांच्या असामान्य व्यक्तिमत्त्वाचा गौरव केला.

हजारो लोकांना प्रभावी व रसाळ वाणीतून भजन व भाषणातून राष्ट्रीयतेची दीक्षा देणाऱ्या महाराजांनी ४२ व्या स्वातंत्र्य संग्रामात अपूर्व रंग भरला. तसेच सर्वांगीण मानवधर्माची शिकवण स्थायी करण्यासाठीच १९४३ ला 'श्री गुरुदेव' मासिक सुरू केले. १९४५ला वरखेडच्या मंदिरापासून मंदिर प्रवेशाची लाट उठविली आणि दुष्काळात मानवता जागवत;

"रहा है भारत दुखसे, आग बुझाना मुष्किल है

उठा तिरंगा बढाये छाती, अब बहिलाना मुष्किल है..."

अशा स्वरूपाचा इशारा महाराजांनी इंग्रजांना दिला. १९४७ मध्ये भारत स्वतंत्र झाला, परंतु हे स्वातंत्र्य टिकविण्याच्या दृष्टिकोणातून स्वराज्याचं सुराज्यात रूपांतर करण्याचा सर्वंकष प्रयत्न केला. विभिन्न स्तरांतील देशवासीयांना श्रमाची प्रतिष्ठा व श्रमाचे जीवनातील असणारे महत्त्व पटवून दिले. श्रमप्रतिष्ठेचा गौरव व त्यांच्याच शब्दांत सांगावयाचे झाल्यास

ओळखून श्रमाची प्रतिष्ठा । त्यांनी दावावी कार्यनिष्ठा ।

श्रमणाऱ्याच्या निवारावे कष्ट । स्वतः श्रम करोनिया ।।

खरं तर आजसुद्धा या विचाराची नितांत गरज आहे. आत्मबल हरविलेल्या शेतकऱ्यास तेवढाच महत्त्वाचा ठरतो व श्रमाची किंमत कळल्यास होणाऱ्या आत्महत्येचे प्रमाणसुद्धा कमी होऊन एक चांगली परिवर्तनाची दिशा ठरेल. अशाप्रकारे श्रमाप्रमाणेच सामाजिक, साहित्यिक, शैक्षणिक, धार्मिक, व इतर संमेलने वैशिष्ट्यपूर्ण मार्गदर्शनानं गाजविली. 'सर्व धर्म परिषद' गाजविणाऱ्या वंदनीय तुकडोजी महाराजांना विश्वधर्म परिषदेसाठी १९५२ मध्ये अमेरिकेचे निमंत्रण आले होते. तर १९५५ मध्ये त्यांनी जपानचं निमंत्रण स्वीकरून विश्वधर्म व विश्वशांती परिषदांना स्तिमित केलं. नंतर १८ देशांच्या समितीच्या सल्लागारपदी नियुक्त झाले. १९६२ मध्ये चिनी आक्रमण हटविण्यासाठी संरक्षण निधी गोळा करून सैनिकी शाळांना प्रोत्साहन देण्याचे महान कार्य त्यांच्या हातून घडले. १९६५ मध्ये भारत-पाक युद्धाच्या वेळी लाहोर सीमा दौरा करून भारतीय जवानांना स्फूर्ती देण्याचे कार्य केले.

वंदनीय महाराजांनी ११ दिवसांत ११ हजार एकर भूमी भूदानात मिळविली. गावातील मंदिरं हरिजनांना खुली केली. १०३ डिग्री ज्वरातही १५०० मैलाचा भजनी दौरा करून समाजप्रबोधन केले. गांधी स्मृतीप्रीत्यर्थ १०० गावं आदर्श केली. समाजाच्या मूलभूत प्रेरणेला जागृत करण्याचे काम करून लाखो लोकांचे जीवन बदलवून सन्मार्गाला त्यांनी लावले. त्यांच्या शब्दांत एवढी ताकद होती की, एक वेळ त्यांचे उपदेशात्मक भजन ऐकल्यावर जनमानसावर एवढा प्रभाव पडायचा की,

शेकडोच्या संख्येत सेवक निर्माण होऊन स्वर्ग, नरक, मोक्ष, जातीयता, व्यसनाधीनता, यामधून बाहेर पडले. एवढा मोठा परिणाम 'ग्रामगीता' च्या माध्यमातून जनमानसावर झाला. त्यांनी केवळ उपदेशच केला नाही तर त्यांचं आचरणही शुद्ध, निर्मळ झऱ्यासारखे असल्याने त्यांचा प्रभाव तरुणांपासून तर वृद्धांपर्यंत झाला.

मानवी जीवनात सर्वांगाला स्पर्श करणारी 'ग्रामगीता' २१ व्या शतकातही तेवढीच मार्गदर्शक आहे. आजच्या भरकटलेल्या तरुणास; दुःखी, कष्टी असलेल्या शेतकऱ्यास, भ्रष्टाचारी अधिकाऱ्यास, कामचुकार नोकरास, शिक्षणविषयी उदासीन असलेल्या विद्यार्थ्यास, स्त्रियांचा अपमान करणाऱ्या मुर्दाड मानसिकतेला ग्रामगीता उत्तम मार्गदर्शक ठरेल. वंदनीय राष्ट्रसंत तुकडोजी महाराजांनी ४१ अध्यायातून समाजोन्नती, ग्रामोन्नती, महिलोन्नती, राष्ट्रोन्नतीचे तत्त्वज्ञान मांडले आहे. विदर्भाच्या पावन भूमीत जन्मलेल्या राष्ट्रसंताचे नाव जगतिक पातळीवर गौरवाने घेतल्या जाते. संतवाङ्मयाचा प्रवाह अखंड वाहता असण्याची साक्ष म्हणजेच अमृततुल्य अशी ग्रामगीता होय. असे हे मानवतेचे पुजारी. अखंड वाहता असण्याची साक्ष म्हणजेच अमृततुल्य अशी 'ग्रामगीता' होय. असे हे मानवतेचे पुजारी राष्ट्रसंत तुकडोजी महाराजांना त्यांच्या जन्मशताब्दीनिमित्त त्यांच्या पावन स्मृतीस विनम्र अभिवादन !

संदर्भ : 'ग्रामगीता'

प्रकाशक : वसंत देवीदास कारोले

अध्यक्ष, ग्रामगीता प्रकाशन समिती, नागपूर.

***

ग. ल. ठोकळ

कवी गजानन लक्ष्मण ठोकळ हे मूळ अहमदनगर जिल्ह्यातील. एक लोकप्रिय साहित्यिक म्हणून त्यांची जनमानसात प्रतिमा असून प्रतिभासंपन्न म्हणून नावलौकिक होते. त्यांचा संबंध प्रकाशन व्यवसायाशी व महाराष्ट्र परिषदेच्या कार्याशी जुळलेला होता. शिक्षकी पेशातील कवी ग. ल. ठोकळ यांनी अध्ययन व अध्यापनातून साहित्यक्षेत्रात मोलाची कामगिरी बजावली. म्हणूनच त्यांच्या साहित्याचा एक वाचक या नात्याने त्यांचा असलेला साहित्य प्रवास व त्यांच्याविषयी वाचनात आलेलं त्यांचं व्यक्तिमत्त्व याचा थोडक्यात परिचय त्यांच्या जन्मशताब्दीनिमित्त देत आहे.

काव्यसंग्रह, कथा, कादंबरीचा शोध घेता 'मीठभाकर' (स्फुट कवितांचा संग्रह) १९३८ व दुसरी आवृत्ती १९४७ मध्ये प्रकाशित करण्यात आली. 'सुगी' या संपादित काव्य संग्रहाची तिसरी आवृत्ती प्रकाशित करण्यात आली. नंतर मात्र ग. ल. ठोकळ यांचा साहित्यप्रवास हा कथेकडे वळला. 'कडू साखर', 'सुगंध', हे त्यांचे कथासंग्रह व 'पहिले चुंबन' हा त्यांचा विनोदी गोष्टींचा संग्रह प्रकाशित झाला. तर 'मोत्यांचा चारा', हा लघुकथा संग्रह. कवीमनाचे ठोकळ हे कथेकडे वळल्यामुळे कथाकार म्हणून पुढे आले. त्यांनी पहिली कथा 'हिम्मत मर्दा' १९३९ मध्ये लिहिली व त्यांची कथा किर्लोस्कर मासिकात प्रसिद्ध झाली. गोष्टीच्या निर्मितीसंदर्भात त्यांनी पुढील विचार व्यक्त केले.

१) लघुकथेवर माझा व्यक्तिश: विश्वास नाही. कथा म्हटली की, ती लांबली पाहिजे, असे मला वाटते.

२) प्रथम मी कथा कच्चा स्वरूपात लिहून काढतो. नंतर मी पक्क्या स्वरूपात लिहून काढतो.

३) दोनदा लिहूनही समाधान न झाल्यास तर मी तिजा करतो.

४) एक कथा पूर्ण करण्यासाठी मला निदान एक आठवडा लागतो.

कथा लिखाणासंदर्भात त्यांच्या असणाऱ्या वैयक्तिक मतावरून असे लक्षात येते की, जोपर्यंत त्यांचे पूर्ण समाधान होत नाही तोपर्यंत त्यांची साहित्य निर्मितीही पूर्ण होत नव्हती; म्हणूनच अशा अभ्यासू वृत्तीमुळे कसदार लिखाण त्यांच्या हातून झालेले दिसते.

साहित्यनिर्मिती करीत असताना तत्कालीन परिस्थितीचा अभ्यास लेखक/कवी करीत असतात. तेव्हाच कसदार असं साहित्य निर्माण होत असतं. याच गोष्टीची अनुभूती ग. ल. ठोकळांच्या कादंबरी लिखाणावरून लक्षात येते. ज्येष्ठ साहित्यिक रा. ग. जाधव यांनी 'गावगुंड' या ग. ल. ठोकळांच्या कादंबरीविषयी मत प्रगट करताना म्हटले की, ग. ल. ठोकळांनी ग्रामीण जीवनदर्शक अशी एक अभिनव, अर्थपूर्ण प्रतिमा आधुनिक मराठी साहित्याला दिली व ती म्हणजे 'गावगुंड'. 'गावगुंड' ही कल्पना ही प्रतिमा ग. लं. च्या प्रतिभाशक्तीचीच निर्मिती म्हणावी लागेल. खेडेगाव व गावगुंड, ग्रामीण समूह व गावगुंड, ग्रामीणतेचे वास्तव व गावगुंड, ग्रामीणतेचे डायनॉमिक्स व गावगुंड, ही येथील अतूट समीकरणे बदलत्या अर्थांनी टिकून आहेत. 'गावगुंड' ही एक जीवनाशी समांतरपणे विकसनशील राहिलेली लक्षणीय प्रतिमा आहे.

वरील विधानावरुन असे लक्षात येते की, त्या काळची परिस्थिती, आचारविचार, नव्याने उद्भवणारी परिस्थिती, याचा लेखा-जोखा घेऊन येणाऱ्या परिस्थितीशी सामना करण्याच्या दृष्टीने आजच्या स्थितीचा अभ्यास करून शंभर वर्षानंतरसुद्धा तीच परिस्थिती पुन्हा येऊ पाहाते की काय? असे असल्यास सामाजिक दृष्टिकोनातून त्या परिस्थितीनुरूप लिहिलेल्या साहित्याचा आजसुद्धा जनमानसावर चांगल्या परिणामाकरिता लेखक सूचनात्मकदृष्ट्या लिहीत असतो व आपल्या साहित्याद्वारे शुभसंकेत देण्याचा मनोमन प्रयत्न करीत असतो व वास्तव परिस्थितीमध्ये चांगले परिवर्तन घडवून आणण्याच्या दृष्टीने प्रयत्न करीत असतो व हीच वास्तव भूमिका जनमानसासमोर ठेवत असतो. 'मीठ भाकर' या काव्य संग्रहाच्या दुसऱ्या आवृत्तीच्या प्रकाशन निमित्ताने कवीच्या भूमिकेविषयी, त्यांच्या संदर्भात असलेल्या आक्षेपासंदर्भात त्यांनी घास घेण्यापूर्वी स्पष्ट केले. ते म्हणतात, "गद्याच्या नादी लागून मी काव्याची हयगय करतो. असा काही टीकाकारांचा माझ्यावर आक्षेप आहे. काही अंशी तो खरा आहे. कारण ९ वर्षांच्या कालावधीत मी फक्त २२ कविता लिहू शकलो. पण गद्य लिहिण्यात पूर्णपणे गुरफटून न जाण्याची मी खबरदारी घेतली आहे. काव्याचा सराव मी सुटू दिला नाही आणि अजूनही कविता लिहिण्याची मला उमेद आहे. शिवाय गद्य लिहीत असताना मी कविची भूमिका सोडलेली नाही. ही गोष्ट मी या टीकाकारांच्या

नजरेस आणू इच्छितो.''

आपल्या वैचारिक भूमिकेशी ठाम राहून संस्कारक्षम साहित्यनिर्मितीमुळेच संपूर्ण महाराष्ट्र आजही त्यांच्या साहित्याशी एकनिष्ठ असून वाचकवर्ग आहे तसाच आहे. कवीचं मन हे कल्पनाशील असून सतत चिंतनशील असते हे ग. ल. ठोकळांनी दाखवून दिलं ते 'सुनीता' या नव्या काव्यप्रकाराद्वारे. 'सुनीता' या काव्य प्रकाराविषयी माहिती त्यांनी दिली. कवी ठोकळ म्हणतात, 'सुनिता' या काव्य प्रकारामध्ये मी सहा ओळींचे बंधन ठेवले ते असे

ठेवून हे तेलाविण कोरडे
बांधलेस त्यांचे सुरेख चक्कर गडे
विस्कळून थोडे होऊ नये वाकडे
चेपून म्हणून तूं खोविलेस आकडे
पण हृदय तुझे का स्नेहाविण कोरडे?
पकडतेस मासे का लावून आकडे?

या काव्यप्रकाराच्या ४१ कविता 'मीठभाकर' काव्यसंग्रहात प्रकाशित झालेल्या आहेत. कलाटणी हा या काव्य प्रकाराचा आत्मा आहे. कलाटणाी जितकी अनपेक्षित तितकी 'सुनीता' अधिक चांगली. एकंदरीत, ग. ल. ठोकळ यांच्या साहित्य व त्यांच्या मतांविषयी अनेक ज्येष्ठ श्रेष्ठ साहित्यिकाचं मत जाणून घेतल्यास समाज वास्तवाचं खरं रूप उघड करणारं व त्याच्या यथार्थ नोंदी घेणारं असं साहित्य असून त्यांच्या 'सुगी' (संपादित), 'मीठभाकर' हे काव्य संग्रह; 'कडूसाखर', 'सुगंध', 'पहिले चुंबन', 'क्षितिजाच्या पलीकडे', 'कोंदण' हे कथासंग्रह 'गावगुंड'; 'ठिणगी'; 'टेंभा' या कादंबऱ्या आहेत. अशा तरल मनाच्या संवेदनशील साहित्यिकास जन्मशताब्दीनिमित्त माझे विनम्र अभिवादन!

***

चंद्रकांत सखाराम चव्हाण ऊर्फ बाबुराव अर्नाळकर

गडद अंधार परंतु त्याकडे पाहाता-पाहाता त्यामध्ये प्रकाशकिरण असल्याचा भास ! दाट झाडाच्या फांद्यांतून कसलातरी येणारा, नव्हे, भयभीत करणारा असा चित्र विचित्र आवाज ! अन् या आवाजाला मिळालेली साद ! नि अंगावर एकदम शहारे !! पडलेल्या धुक्यात न पाहिजे अशी भयभित करणारी प्रतिकृती ! अन् चेहऱ्यावर आलेला घाम ! अशा प्रकारचा आभास निर्माण करणारं वातावरण, नसूनही काहीतरी असणं ! हा मनाचा सारा खेळ क्षणभर हसविणारा अन् क्षणभर संताप व्यक्त करणाराही ! असा मनाचा थरकाप उडविणारा अन् या धास्तीनं डोळ्याला डोळा लागत नसला तरीही दिवस उगवेल या जाणीवपूर्वक वाटेवरून जाणारं व्यक्तिमत्त्व म्हणजेच चंद्रकांत सखाराम चव्हाण ऊर्फ बाबुराव अर्नाळकर !!

थोडक्यात, थरकाप उडवून देणारं लेखनप्रपंच म्हणजेच रहस्यमय कथालेखन होय. बाबुराव अर्नाळकर या नावाने सुपरिचित असलेले रहस्यमय कथालेखक हे ठाणे जिल्ह्यातील वसई तालुक्यातील अर्नाळा या मूळ गावचे. त्यांनी गिरगावात चष्म्याचे दुकान टाकून या व्यवसायाकडे लक्ष केंद्रित केले. नंतर हळूहळू ते साहित्य लेखनाकडे वळले व साहित्य लिखाणात रहस्यमय कथा लिहू लागले. त्यांची पहिली रहस्यकथा 'चौकटची राणी' ही होती. या कथालेखनाच्या माध्यमातून वेगळाच ठसा त्यांनी साहित्य क्षेत्रात उमटविला. हा लेख प्रपंच एवढ्याच करिता की, बाबुराव अर्नाळकरांचे हे जन्मशताब्दी वर्ष! म्हणून त्यांच्या साहित्य व व्यक्तिमत्त्वाविषयी वाचनात आलेला व आपल्यासमोर मांडलेला हा थोडक्यात आढावा.

गूढ– परंतु तेवढयाच ताकदीचं त्यामधील रहस्य असलेली घटना उभी करणं. ही घटना वाचकांना थक्क करणारी असेल तर पुढे काय? घडलेल्या घटनेचा शोध घेत घेत कथेच्या शेवट पर्यंत जाण्याची जिज्ञासू वृत्ती व मनामध्ये असणारे अनेक संभ्रम दूर करून सत्य काय आहे त्याचा शोध घेण्यासाठी अगदी व्याकूळ झालेला वाचक कथेतील घटनेला जबाबदार कोण? या प्रश्नाला प्रेरित करून

निर्भयपूर्वक चिंतन व चिकित्सक वृत्तीच्या जोरावर सर्वांगाने विकसित करण्याचे काम रहस्य कथांमधून वाचकाला करण्याचे अवघड काम बाबुराव अर्नाळकर यांनी केले. या रहस्य कथा एकापेक्षा एक अशा दर्जाच्या देऊन वाचकांना मंत्रमुग्ध केले. अशा या लेखनामुळे अर्नाळकरांना अफाट अशी लोकप्रियता मिळाली. म्हणून रहस्य कथा लिहिणाऱ्या बाबुराव अर्नाळकरांचे नाव 'लिम्काबुक' नं. १९९४ च्या विशेष मानकऱ्यात नोंदविले गेले. मनात शुद्ध-अशुद्ध भावनेचा उगम असणे हा नैसर्गिक गुणधर्म असला तरीही शुद्ध भावना समोर ठेवून रहस्य कथा ही सृजनशील; संवेदनशील वाचकाच्या हातात देऊन बुद्धीतून चांगल्या मार्गाचा विचाराचा प्रवाह प्रवाहित करण्यासाठी व मन कणखर मजबूत बनविण्यासाठी त्यांनी प्रयत्न केला. याचीच परिणती 'लिम्काबुक' नंतर 'गिनीजबुक' मध्येही बाबुराव अर्नाळकरांच नाव नोंदविलं गेलं. त्यांनी एक नव्हे दोन नव्हे, तर तब्बल बाराशे रहस्य कथा लिहिण्याचा विक्रम केला. खऱ्या अर्थाने त्यांना रसिक मायबापाचे प्रेम मिळाले.

मानवी जीवन अत्यंत गुंतागुंतीचे, समस्याग्रस्त असले तरी आपले सर्व सामर्थ्य काहीतरी चांगले कार्य उभारण्यासाठी वापरावे. सामर्थ्याचा, माणूसपणाचा हाच खरा उपयोग आहे. स्वत:वर किंवा देशावर विनाकारण हल्ला, अपमान होत असेल तर त्याविरुद्ध मोठ्या ताकदीनं उभ राहणं हे आपलं कर्तव्य– हा सुविचार बाबुराव अर्नाळकरांच्या मनात आल्यामुळे त्यांनी स्वातंत्र्य चळवळीत सहभागी होऊन आयुष्याची एकवेगळी दिशा ठरवून, अन्यायाविरुद्ध उभे राहून संघर्षवृत्ती दाखविली.स्वातंत्रचळवळीच्या सहभागामुळे १९३८ मध्ये १८ महिने विसापूर जेलमध्ये सक्षमकारावास भोगला. अशा या देशप्रमी व्यक्तीचे हे जन्मशताब्दीवर्ष! खरंतर बाबुराव अर्नाळकरांनी चैतन्याची बीजे निर्माण करून, मुर्दाड मनावर पेरणी करून, त्यामधून जागृतीचे अंकुर उमलवून ते फुलविण्यात यशस्वी झाले. म्हणूनच आजचा हा दिवस तुम्हा आम्हास पाहावयास मिळाला.म्हणूनच अशा या साहित्यिकाचे कार्य चिरंतर स्मरणात राहणार आहे.

जीवनमूल्यांचा शोध घेण्याच्या दृष्टीने 'मराठा' नावाचे मासिक चालविले व रहस्यकथेच्या माध्यमातून अनेक पात्रे त्यांनी अजरामर केली. बाबूराव अर्नाळकरांचे साहित्य व स्वातंत्र्य चळवळीतील सहभाग हा माणसातील समाजमन व समाजातील माणूसपण शोधण्याचे महान कार्य त्यांनी केले. मराठी साहित्यात बाराशेच्यावर रहस्य कथा लिहून जागतिक विक्रम करणारे चंद्रकांत सखाराम चव्हाण ऊर्फ बाबुराव अर्नाळकर या नावाने सर्वदूर परिचित व लोकप्रिय असणारे साहित्यिक. त्यांच्या जन्मशताब्दी वर्षानिमित्त माझे विनम्र अभिवादन !!

***

नागोराव घनशाम देशपांडे

कवी ना. घ. देशपांडे हे विदर्भातील श्रेष्ठ कवी. बुलढाणा जिल्ह्यातील मेहकर इथले. मराठी प्रेमकविता एका वेगळ्या उंचीवर नेऊन पोहोचविण्यात ते यशस्वी झाले. 'शीळ', 'अभिसार', 'खूणगाठी', 'गुंफण', 'कंचनीचा महाल', फूल आणि काटे' ही त्यांची ग्रंथसंपदा.

'खूणगाठी' या काव्यसंग्रहाला साहित्य अकादमीचा पुरस्कार मिळाला. गेयता व प्रेम हे ना. घ. देशपांडेच्या कवितेचे वैशिष्ट्य सांगता येईल. त्यांच्या काव्यक्षेत्रातील मोलाच्या कामगिरीबद्दल विदर्भ साहित्य संघाने आयोजित केलेल्या विदर्भ साहित्य संमेलनाच्या अध्यक्षपदाचा बहुमान प्राप्त झाला. विशेष बाब अशी की, हे संमेलन कवीच्या गावी म्हणजे मेहकर येथे घेण्यात आले होते. समग्र मराठी काव्यक्षेत्रात प्रेम काव्यामुळे त्यांची वेगळीच ओळख करून दिली.

कवी नागोराव घनश्याम देशपांडे हे श्रेष्ठ कवी बुलढाणा जिल्ह्यातील मेहकर इथले. मूळचा मी बुलढाणा जिल्ह्यातीलच असल्याने त्यांच्या साहित्याविषयी खूप काही ऐकलेलं. त्यामुळे त्यांची भेट घ्यायची मी कित्येकदा ठरविले होते. परंतु त्यांच्या भेटीचा योग काही आला नाही वास्तविक पाहता नोकरीच्या निमित्ताने बुलढाणा येथे मी सन १९९२ ते २००७ पर्यत असताना त्यांची भेट घेऊ शकलो नाही, ही खंत माझ्या मनात शेवटपर्यंत राहील हेही तेवढेच खरे. खरं तर त्यांची माझी प्रत्यक्ष भेट झाली असती तर आणखी काही विशेष माहिती दिली गेली असती असो. प्रेमाच्या संदर्भात बोलायचे झाल्यास प्रेमाची अनुभूती ही मानवीच काय, परंतु सर्व प्राणिमात्रांच्या संदर्भात ती सर्वस्पर्शी असल्याचे निदर्शनास येते. त्यातल्या त्यात मानवी जीवनात अत्यंत महत्त्वाचे स्थान प्रेमाला आहे व नेमका हाच धागा घट्ट पकडून अस्सल प्रेमकाव्य लिहिल्याने ना. घ. देशपांडे साहित्यक्षेत्रात अजरामर झाले व प्रेमाची अस्सल व उत्कट अनुभूती देणाऱ्या "रानारानात गेली बाई शीळ !" या काव्यामुळे

रसिकाच्या मनामनात घर केले.

मराठी कवितेला सहज व सुंदर रूप दिले. कवितेतील प्रेयसी वाचकांसमोर दृष्य स्वरूपात साकार करण्याचे सामर्थ्य त्यांच्यात दिसून येते. प्रेमाच्या विविध भावनांच्या नाजूक छटा त्यांच्या कवितेत प्रतिबिंबित झालेल्या आहेत. कारण प्रेम हे सर्वस्पर्शी आहे. मानवी जीवनात सर्वात प्रभावी अनुभूती प्रेम ही आहे. व्यक्तीचे समग्र जीवन फुलविण्याचे सामर्थ्य या अनुभूतीमध्ये असून याला स्थळ-काळाच्या मर्यादा नाहीत. अगदी राजवाड्यापासून ते झोपडीपर्यंत प्रेमाची अनुभूती सारखीच ! जीवन जगण्याचा तो एक केंद्रबिंदू आहे. याच आधारावर प्रेमगीत लिहिणाऱ्या ना. घं. च्या 'शीळ' या कवितेने अवघ्या महाराष्ट्राला वेड लावले. या कवितेतील शब्दांचा गोडवा, भावार्थ आपल्या लक्षात येईलच.

> "रानारानात गेली बाई शीळ राया
> तुला रे काळ वेळ नाही राया
> तुला रे ताळ मेळ नाही
> थोर राया तुझं रे कुळशील..."

तसेच ना. घं. ची 'सुगी' ही कवितासुद्धा खूपच लोकप्रिय झाली होती, कारण 'सुगी' म्हणजे हंगाम. या काळात कष्टकऱ्यांच्या आनंदाला सीमा नसते. त्यातल्या- त्यात शेतात राबणाऱ्या 'स्त्री' ला तर याचा जास्तच आनंद होतो. एका ग्रामीण भागातील कष्टकरी स्त्रीच्या आनंदाचे स्पंदन अतिशय तरलपणे टिपले आहे.

आयुष्यात पैसा, मानसन्मानाच्या मागे न लागता त्यांनी निसर्गाशी नाते जुळवून सौंदर्याचा निखळ आनंद घेतला. त्यांच्या प्रेमकवितेतील पुरुष हा शिकारी कधीच नव्हता. म्हणूनच स्त्री ही कधी 'शिकार' झाली नाही. प्रेमगीतातील स्त्री-पुरुष हे समानतेच्या पातळीवर संवाद साधणारे होते. म्हणूनच त्यांचा स्त्रीकडे पाहण्याचा दृष्टिकोन वेगळाच होता. प्राचीन तत्त्वज्ञानाप्रमाणे एकट्या असलेल्या आदी पुरुषाचे पहिले स्वप्न स्त्रीच होते. असे विधान करून ना. घं. नी पुढे म्हटले आहे की, "या विश्वाच्या प्रक्रियेत स्त्री हा एक मूलभूत महत्त्वाचा घटक आहे, अशी माझी निष्ठा आहे. प्राचीन काळापासून बहुतेक काव्यकृतीत तिचे गोडवे आहेत. ती एक सृजनाची महत् शक्ती तर आहेच; पण जीवनात आकर्षण निर्माण करणारी एक मंगलदायी प्रेरणाही आहे. माझ्या कवितेत स्त्रीविषयक जास्त कविता आहेत, असे काही लोक म्हणतात व ते खरेही आहे. ही उणीव आहे असे मला वाटत नाही. हे नैसर्गिक व काही अंशी आवश्यक आहे. हे आकर्षण जिवंत ठेवण्यासाठीच पार्वतीचे पुरातन नर्तन झाले होते. विश्वमनात या आकर्षणाचे स्पंदन सुरू आहे.' खूणगाठ (प्रस्तावना). ना.

घ. देशपांडेंच्या कवितेत निसर्गाचा उपयोग खूप घेतला आहे. कारण त्यांच्या काव्य शैलीचे वैशिष्ट्य यामध्येच दडलेले आहे. ते खास वैशिष्ट्य म्हणजे 'सहजता' कुठल्याही शब्दालंकाराच्या आहरी न जाता, कृत्रिम स्वरूपाची काव्यरचना न करता काव्यात अस्सल सहज नाद-लय येऊन गोडवा कसा निर्माण होईल, अशी विलक्षण अनुभूती त्यांच्या काव्यातून आल्याशिवाय राहात नाही व ही अनुभूती असल्यामुळे वास्तव चित्रण रेखाटताना संवादातला नाजूकपणा वाचकांना भावून जातो. एकंदरीत निसर्गाशी नात जोडणाऱ्या भावस्पर्शी कवितेतून आपले वेगळे स्थान निर्माण करणारे ना. घ. देशपांडे यांचे कर्तृत्व चिरंतन स्मरणात राहणार. अशा या थोर साहित्यिकास विनम्र अभिवादन!

***

दत्तात्रय तुकाराम ऊर्फ दत्तू बांदेकर

मनुष्याला जीवनाच्या वाटेवरून जाताना अनेक सुख-दुःखांना सामोरे जावे लागते. हे जरी ही खरं असलं तरी प्रत्येक गोष्टीला सीमा असतात. परंतु अनेकांच्या नशिबी दुःख हे सीमेपलीकडचेही असून सुखाची साधी चाहूलही लागत नाही. कधी कधी नव्हे, बऱ्याच अंशी सुख आहे त्यापेक्षा जास्त मिळाल्यास माणूस स्वतः व कर्तव्याकडे पाठ फिरवून विनाशाकडे जाताना दिसतो. परंतु जीवनातील अनंत दुःख, वेदनेवर फुंकर घालून जीवन जगणारा माणूस हा अंधारातून प्रकाशाकडे वाटचाल करून आत्मविश्वासाच्या अनुभूतीचा प्रत्यय देतो. स्वतःऐवजी मानवाच्या उत्थानासाठी, संवर्धनासाठी स्वतःचे दुःख गिळून इतर मानवांच्या कल्याणासाठी सहजसुंदर जीवनाच्या पूर्तीसाठी नवी दिशा देणारी एक अज्ञातशक्ती म्हणून कार्य करीत असते.

जीवनाच्या अंतीम ध्येयाकडे प्रवास करताना विकारावर मात करण्यासाठी साहित्याचा आधार घेऊन विनोदी लेखनाच्या माध्यमातून वाळवंटात फुलविणारा साहित्यिक म्हणून दत्तात्रय ऊर्फ दत्तूजी बांदेकर या थोर साहित्यिकाचं नाव घेतलं जातं. महाराष्ट्र-कर्नाटक सीमेवरील कारवार येथे दिनांक २२ सप्टेंबर १९०९ रोजी दत्तूजी बांदेकर यांचा जन्म झाला. कानडी कोकणी ही त्यांची मातृभाषा. सातवीपर्यंत त्यांचे कानडी भाषेतून शिक्षण झाले. परंतु बालपणापासून मराठीची आवड व त्याचाच परिणाम म्हणून ते मराठी भाषेच्या प्रेमात पडले. मराठी भाषा शाळेत न शिकता विविधांगी वाचन करून आत्मसात केली.

एवढ्यावरच न थांबता मराठी भाषेत त्यांनी प्रावीण्य मिळवून मराठीची अखंड सेवा केली. आयुष्यात ५० वर्षांच्या कालखंडात त्यांनी एकूण ३० पुस्तकांचे लिखाण करून प्रसिद्ध केले. एक विनोदी लेखक म्हणून त्यांची ओळख होती. विनोदी लेखनाच्या माध्यमातून त्यांनी सामाजिक प्रबोधन केले. त्या संबंधी बोलताना त्यानी म्हटले की, "समाजातील ढोंगी, दुटप्पी, गुंड माणसावर गंभीर शब्दांत

शरसंधान करण्यापेक्षा विनोदाचं-उपहासाचं शस्त्र अधिक परिणामकारक ठरेल. म्हणूनच आचार्य अत्रे त्यांना 'कारुण्याचा विनोदी शाहीर' म्हणत. त्याचं कारणही तसंच होतं. दत्तूजी बांदेकरांच्या विनोदी लेखनाला कारुण्याची तर किनार होतीच परंतु त्यांच्या काळजाच्या झुंबराला दु:खही होतं टांगलेलं. हेही तेवढचं खरं होतं.

दत्तूजी बांदेकर हे छापखान्यात प्रूफ करेक्टर म्हणून काम करीत होते असतानाच भरपूर वाचन करून जमेल तसं लिहिण्याचा त्यांनी प्रयत्न केला. मुंबईला रात्री फूटपाथवर म्युनिसिपालटीच्या दिव्याखाली बसून त्यांनी लिखाण केले. दुर्दैव त्यांच्या हात धरून मागे लागलं होतं. ते असं की, लहान असतानाच एकाएकी वडिलांच निधन; नंतर काही वर्षांतच आईचं निधन, नंतर नेत्रा बांदेकर ह्या त्यांच्या बहिणीचं निधन, या दु:खातून बाहेर येण्यापूर्वीच कॅमेरामनचे काम करीत असलेला भाऊ गजानन बांदेकरचं निधन. एका मागोमाग कोसळलेली ही संकटं. या सर्व परिस्थितीतून बाहेर पडणं अशक्यच ! तरीसुद्धा अशा दयनीय स्थितीत त्यांनी वाट शोधली. अनंत काणेकर यांच्या आग्रहानं रांगणेकरांनी 'चित्रा' साप्ताहिक सुरू केले तिथं दत्तूजी बांदेकरांना प्रुफ करेक्टरचं काम मिळालं. याच काळात ते लिखाण करत असता त्यांच्या लिखाणातील गुण रांगणेकरांनी ओळखून 'चित्रा' या साप्ताहिकामध्ये 'तो व ती' सदर सुरू करण्यास सांगितले. खऱ्या अर्थाने इथं प्रथम 'सख्यालहरी' अवतीर्ण झाला व लेखणीला वाव मिळाला. खरं तर विनोदी लेखक म्हणून गाजलेल्या या लेखकाच्या आलेल्या दु:खाची सीमाच नव्हती. एकामागून एक अशा अनेक दु:खांतून सावरून त्यांनी आलेल्या कटू अनुभवातून लेखन केले.

दारिद्र्य, बेकारी, उपासमार, प्रियजनांचे अकाली निधन अशा भयावह परिस्थितीतून त्यांना जावं लागलं. तरीसुद्धा त्यांनी जगण्याची हिम्मत सोडली नाही. नंतर 'चित्रा' साप्ताहिकात काम करणे सोडून दिले. मग ते आचार्य अत्रेंच्या 'नवयुग'मध्ये दाखल झाले. 'रविवारचा मोरावळा' लिहू लागले. असा हा दु:खीकष्टी लेखक मात्र वाचकांसमोर विनोदी लेखक म्हणून प्रसिद्धीस आला. ते प्रसिद्ध विनोदी लेखक म्हणून जरी झाले तरी स्वत:विषयी मात्र दत्तूजी बांदेकर 'केवळ नाइलाजाने लेखक झालो' असं प्रांजळपणे लिहितात.

"लेखक होणे हा माझ्या आयुष्यातील एक चमत्कार आहे म्हणा किंवा अपघात. जगातील कोणताही धंदा करण्याची पात्रता अंगी नसल्यामुळे मी लेखणीला शरण गेलो. हे कबूल करण्यास मला बिलकूल लाज वाटत नाही." असह्य झालेलं जीवन सुसह्य होण्यासाठी त्यांनी जी यातनामय धडपड केली ती दृष्टीआड करून इतरजनांना विनोदी लेखनाच्या माध्यमातून हसविले. त्यांच्या लेखनातील वैशिष्ट्यपूर्ण

सुभाषित 'मोटार ही स्त्री सारखी आहे क्षणाक्षणाला तिचा तोल सुटतो आणि कितीही आवरली तर ती काबूत राहत नाही.' वैद्याजवळ कधी खोटे बोलू नये व बायकोजवळ कधी खरे बोलू नये.' अशी असंख्य सुभाषितं त्यांच्या लिखाणात दिसतात. 'सख्याहरी', 'अतिप्रसंग', 'बहुरुपी', 'आडपडदा', 'पेचप्रसंग', 'आवळ्या-भोपळयाची मोट' बहुरूपी हे विनोदी लेख संग्रह. 'विचित्रचोर', 'नजरबंदी', 'जावई शोध', हे नाटक प्रसिद्ध असून 'चुकामुक' ही लघुकादंबरी, 'पंचगण्य' (आचार्य अत्रे यांच्या सहकार्याने) विडंबन काव्यसंग्रह अशी ही त्यांची ग्रंथसंपदा.

विनोदी लेखनाच्या माध्यमातून सकारात्मक विचारांची दिशा देणारे, वैचारिक लेखनातून सामाजिकतेला स्पर्श करून वाचकाच्या काळजापर्यंत पोहचून राजकारणापासून ते समाजकारणापर्यंत प्रकाश टाकून सामाजिक बांधिलकीचा उपदेश ते देऊ शकले. अहंकारी लोकांच्या डोळ्यांत ते झणझणीत अंजन घालणारे व जीवनाचं महान तत्त्वज्ञान मांडून, विनोदातून हसू जरी येत असलं तरी मात्र शेवटी सामाजिक कारुण्य वाचून वाचक अंतर्मुख झाल्याशिवाय राहात नव्हता. असे हे विनासेदी लेखक दत्तूजी बांदेकर म्हणजे सामाजिक दूषणावर प्रहार करीत पीडिताच्या जखमांना ममतेचा लेप लावणारे लेखकानक वात्सल्याच्या भावनांतून आपल्या वैचारिक भूमिकेशी ठाम राहून संस्कारक्षम साहित्य निर्मितीमुळेच आज संपूर्ण महाराष्ट्राला परिचित आहे. एक वाचक या नात्याने त्यांच्या विषय मिळालेल्या माहितीच्या आधारावर त्यांच्याविषयी लिहू शकलो. असह्य असलेलं जीवन सुसह्य कसं करावं हा मंत्र ते आम्हास देऊन गेले. असे हे थोर विनोदी लेखक दत्तूजी बांदेकर यांना त्यांच्या जन्मशताब्दी निमित्त माझे विनम्र अभिवादन !

***

बा. सी. मर्ढेकर

आधुनिक मराठी नवकवितेचे जनक म्हणून बा. सी. मर्ढेकर यांना गौरविले आहे. बदलत्या व गतिमान माणसाचे वर्णन त्यांनी केले आहे. आशयच जेथे गतिमान आहे त्या ठिकाणी अभिव्यक्तीही गतिमान आहे. आणि ह्या बदलत्या, गतिमान, तिरकस अभिव्यक्ती आशयामध्ये दडलेल्या आहेत. वरील प्रकारची बदलती, गतिमानतेची आणि त्यामुळे तिरकस वाटणारी पण सत्य असणारी अभिव्यक्ती व आशय कोणीच न मांडल्यामुळे मर्ढेकर हे आधुनिक मराठी नवकवितेचे जनक ठरतात. खरं तर ग्रंथकाराचा अभ्यास करताना त्यांचा काळ व परिस्थिती याचा विचार करावा लागतो. यावरून त्याचे विचार समजावून घ्यावे लागतात. मर्ढेकरांची कविता बोलते कमी व सुचविते जास्त संस्कृत साहित्यातील 'ध्वन्यर्थ' हाच काव्याचा आत्मा आहे, हे वचन आठवते. खरं तर अशा या कवी विषयी वर्तमानपत्रामध्ये अनेक गोष्टी वाचण्यात आल्या. त्यांच्या काव्यावर, साहित्यावर चर्चा होऊन त्यासंदर्भातील कडवट प्रतिक्रिया वृत्तपत्रातून झळकत तेव्हा अशा प्रतिक्रियाबाबत पुण्यातील शुक्रवारात वास्तव्यास असणाऱ्या त्यांच्या बहिणीस पत्र पाठवून कळवलं की, 'तुम्ही या सर्व वृत्तपत्रातल्या लेखांकडे, चर्चांकडे लक्ष देऊ नका! त्यावर विचार करू नका! जे काय होत आहे ते विसरा! माझी ही साहित्यसेवा, लिखाण असेच चालू राहील व जे लोक आज या चर्चा करीत आहेत, लेख लिहीत आहेत. तेच लोक ही माझी पुस्तके, काव्य, लिखाण डोक्यावर घेऊन नाचतील वा त्याची वाहव्वा होईल!'' एवढा प्रचंड आत्मविश्वास त्यांच्यात दिसून आला. त्याकाळी असेही म्हटले गेले की, मर्ढेकरांचे काव्य हे दुर्बोध, अश्लील असून यावर बंदी घाला असे कोर्टात खटलेसुद्धा भरले गेले! परंतु त्या सर्व आरोपातून ते निष्कलंक सुटले! खरं तर आज अशी परिस्थिती अनुभवास येते की, त्यांच्या साहित्यामुळे, काव्यप्रभावामुळे आज अनेक साहित्यिक तयार झाले. एवढेच नव्हे तर, या साहित्यिकांचा त्यांच्या साहित्यसेवेबद्दल गौरव

सुद्धा होत आहे.

मर्ढेकरांच्या कवितेच्या मागे असलेले अनुभवप्रधान, संवेदनशील मन व त्या मनाला आलेल्या अनुभवांच्या प्रखरपणाची धग आपल्यालाही ह्या कविता वाचत असताना जाणवते. उदा. शिशिरागमनाच्या पहिल्या कवितेतून मर्ढेकर 'पुसतो सुहास, स्मरुनिया तुज आसवे' व या आधी 'फुलली असेल तुझ्यापरी बागेतली बकुलावली' असे लिहितात. या मागे उभ्या असलेल्या मनाला लागलेल्या चटक्याचा तीव्रपणा जाणवतो. मर्ढेकरांनी कवितेबरोबरीनेच कादंबरी व नाट्य लेखन या साहित्य प्रकारात नवीन शोधण्याचा पुरेपूर प्रयत्न केला. त्यातही मर्ढेकर यांच्या 'बोंड' या कवितेमुळे रसिकांत जितका गोंधळ उडाला तितका क्वचितच कोणत्या कवितेने उडाला असेल. केवळ तीन कडव्यांच्या या कवितेने मराठी समीक्षकांत केवढा हलकल्लोळ माजवला आहे याची अनेक रसिकांना कल्पनाही नसेल. अनेक चावट अर्थ शोधले व अजूनही तेच चालू आहे. किमान आता तरी हे बंद होईल असे वाटते. कारण 'बोंड' कवितेच्या संदर्भात लोकसत्ताच्या लोकरंगमध्ये मूळ कवितेबद्दलची सविस्तर माहिती प्रकाशित झाली तरीसुद्धा मर्ढेकरांविषयी चांगलं बोलायला तयार नसल्याचं दिसून येतं. असो, वास्तविक पाहता मर्ढेकरांनी साहित्यक्षेत्रात आपली मौलिक भर घातली आणि नवकवितेचा नवकवी होण्याचा मान पटकाविला.

'सौंदर्य आणि साहित्य' याद्वारे तर आपली उच्च कोटीची प्रतिभा सिद्ध केली. देशाच्या फाळणीचे चित्रण, अमानुष कत्तली, निर्वासितांचे प्रश्न, मानवी जीवनातील संहार त्यांनी आपल्या काव्यातून मांडला आणि नवकाव्यासाठी हीसुद्धा प्रेरणा ठरली. असे विचार प्रगट करूनसुद्धा मर्ढेकरांविरुद्ध लिहिलेले वाचून वाईट वाटणारच! खरंच त्यांच्यावर त्याकाळी काव्य दुर्बोध, अश्लील असल्याबाबत बंदी घाला एवढ्यावरच न थांबता कोर्टात खटलेही भरले गेले! परंतु त्या सर्व आरोपातून निष्कलंक सुटले! तरीसुद्धा त्यांच्यावर केलेले आरोप खरेच असल्याचे मान्य करणारी मंडळी कमी नाही. खरं तर त्यांचे हे जन्मशताब्दीचे वर्ष असताना सुद्धा पुन्हा तोच पाढा वाचण्याची वेळ यावी याला म्हणायचे मर्ढेकरांचे नशीब, की आमच्या वाचन व वाचकांची उदासीनता? म्हणूनच वादग्रस्त असलेली 'बोंड' ही त्यांची कविता त्यांच्या डायरीतील व त्यांच्या किरट्या अक्षरात लिहिलेली मूळ कविता संजय भास्कर जोशी यांनी रविवार, ३ मे २००९ च्या लोकसत्ताच्या लोकरंग पान क्र. ७ वर दिलेली आहे ती कविता अशी आहे,

बोंड कपासीच फुटे ।
झूले वेचताना उर
आज होईल का गोड ।
ओवी म्हणताना स्वर ॥

भरे भूईमुग दाणा ।
उपटता मन डोले
आज येतील का शब्द ।
देवा तुझ्या मनातले ॥

वांगी झाली काळी निळी ।
काटा येतो अंगावर
आज गेली सारी भाजी ।
विठूराया ये सत्त्वर ॥

किमान ही त्यांची कविता वाचून अनेक वाचकांच्या मनातील मर्ढेकरांविषयीचा गैरसमज दूर होईल यात शंकाच नाही. काव्य, कादंबरी आणि सौंदर्यशास्त्र या साहित्यक्षेत्रात अपूर्व कामगिरी केली. काव्यक्षेत्रात ते नवकाव्याचे जनक होते. त्यांचे साहित्य 'शिशिरागम', 'काही कविता', 'आणखी काही कविता', 'मर्ढेकरांच्या कविता' हे काव्य संग्रह प्रसिद्ध झालेले असून 'रात्रीचा दिवस', 'तांबडी माती' व 'पाणी', या तीन कादंबऱ्या प्रसिद्ध झालेल्या आहेत. 'वाङमयीन महामत्ता', 'सौंदर्य आणि साहित्य', 'आर्ट ॲण्ड मॅन' हे त्यांचे साहित्यकलामीमांसा करणारे ग्रंथ प्रकाशित झाले. 'सौंदर्य आणि साहित्य' या ग्रंथास साहित्य अकादमीचे पारितोषिक प्राप्त झालेले आहे. खरं तर त्यांच्यावर त्याकाळी काव्य दुर्बोध आहे, अश्लील आहे, यावर बंदी घाला असे खटलेही भरले गेले! परंतु त्यांनी न डगमगता साहित्यसेवा, लिखाण अविरतपणे चालूच ठेवले. कारण त्यांच्यामध्ये प्रचंड आत्मविश्वास होता. म्हणूनच की काय, ते सर्व आरोपातून निष्कलंक सुटले ! व साहित्य क्षेत्रातील मानाचा समजला जाणारा 'साहित्य अकादमीचा पुरस्कार' त्यांना मिळाला. वरील विवेचनावरून असे लक्षात येते की, मर्ढेकरांना प्रखर प्रतिभा लाभलेली होती. बऱ्याच वेळा त्यांच्या विषयी प्रश्न पडत होता की, ते कवी म्हणून श्रेष्ठ होते की, सौंदर्य शास्त्रज्ञ? परंतु मर्ढेकरांचे या दोन्ही क्षेत्रात वैशिष्ट्यपूर्ण कार्य दिसून येते. असे हे आधुनिक मराठी नवकाव्याचे जनक बाळ सीताराम मर्ढेकर. सातारा जिल्ह्यातील मर्ढे

या गावचे. त्यांचा जन्म १ डिसेंबर १९०९ मध्ये झाला.

खान्देशमध्ये जन्मलेले मर्ढेकरांचे शालेय शिक्षण त्याच भागात झाले. धुळे येथील हायस्कूलमधून मॅट्रिक झाल्यानंतर पुढील शिक्षणाकरिता पुण्याच्या फर्ग्युसनमध्ये दाखल होऊन त्यांचे वास्तव्य फर्ग्युसनच्या होस्टेलमध्ये राहून त्यांनी शिक्षण पूर्ण केले. अल्पायुषी ठरलेल्या मर्ढेकरांना शिक्षणानंतर केलेली रेडिओ केंद्रावरची विविध ठिकाणची नोकरी, दर दोन-तीन महिन्यांत होणाऱ्या बदल्या, जेवणा-खाण्याची आबाळ. असे असूनही त्यांनी केलेले लिखाण वाचल्यानंतर 'वा!' म्हणण्याची वेळ येते. सुरुवातीच्या काळातील, म्हणजे 'शिशिरागम'मधील रोमँटिक व एकतर्फी प्रेमानुभव, त्यातील नैराश्य योग्य पद्धतीने मांडले. परंतु 'काही कविता' ह्या दुसऱ्या संग्रहाने मात्र कवी म्हणून त्यांची जनमानसात प्रखर प्रतिभा समोर आली. कवितेच्या वेगळेपणामुळे कवितेचे मोठेपण त्यांनी दाखवून दिले. तर त्यांचा तिसरा काव्यसंग्रह 'आणखी काही कविता'यामधील अनेक कवितांमधील 'गंगेमध्ये गगन वितळले' या कवितेविषयी अभ्यास करताना असे लक्षात येते की,

ह्या गंगेमध्ये गगन वितळले

शुभाशुभाचा फिटे किनारा

अर्ध्या हाकेवरती उतरला

बुद्धगयेचा पिवळा वारा...

गंगेमध्ये गगन वितळण्याची कल्पना अतिशय सुंदर आहे. खरं तर या कवितेचा अभ्यास करताना जोपर्यंत या कवितेतील प्रतिमा समजावून घेत नाही तोवर तिचा अर्थ उमगत नाही. म्हणून प्रतिमा समजावून घेतल्यानंतर अर्थ समजू लागतो. गंगा नदीच्या पाण्यामध्ये आकाशाचे प्रतिबिंब पडले आहे. हे प्रतिबिंब पडले नसून जणू काही आकाशच पाण्यामध्ये वितळलेले आहे. शुभ अशुभ भावना राहत नाही. ह्या गंगा नदीच्या अगदी जवळच म्हणजे थोड्या अंतराच्या हाकेवरच बुद्ध गया नगरातील पिवळा विरक्तीचा वारा वाहतो आहे. जी मने निर्मळ नाहीत अशी मने ह्या ठिकाणी आपोआप मोकळी खुली होतात. ह्या गंगेच्या किनाऱ्यावर मोठेपणाची (अहंकार वृत्ती) ही भावना नष्ट होते. सर्व जगावर तुझ्या मायेची कृपादृष्टी आहे– असे मत मर्ढेकरांनी व्यक्त केले. तसेच सौंदर्यभावनेबद्दल मत स्पष्ट करताना ते म्हणतात, भावना अनुभवत असताना व्यक्तीचे निरीक्षण केल्यास भावना लक्षात येते. भूतकाळाचे सत्त्व पचवून वर्तमानाचे भान नि भविष्याचेही भास जपणाऱ्या जिवंत परंपरेवर कवीचा अधिकार असतो, हे त्यांनी दाखवून दिले. काव्याकडे कलात्मक दृष्टी व नवीनतेच्या विचारामुळे बा. सी. मर्ढेकर हे नाव साहित्यक्षेत्रात प्रामुख्याने

घेतले जाते. या क्षेत्रात आपला वेगळा ठसा उमटविण्यात ते पूर्णपणे यशस्वी झाले.

एकंदरीत काव्य, कादंबरी आणि सौंदर्यशास्त्र या साहित्यक्षेत्रात अपूर्व कामगिरी केली. काव्यक्षेत्रात ते नवकाव्याचे जनक होते. त्यांच्या साहित्यक्षेत्रात कविता, कादंबरी– तसेच नाट्यलेखन प्रकारात या नव्या वाटा शोधून व वेगळेपण दाखविण्याचा प्रयत्न त्यांनी केलेला आहे. अशा या थोर साहित्यिकास माझे विनम्र अभिवादन.

***

डॉ. नारायण गोविंद कालेलकर

डॉ. नारायण गोविंद कालेलकर यांचा जन्म रत्नागिरी जिल्ह्यातील बांबूळी येथे ११ डिसेंबर १९०९ मध्ये झाला. त्यांचे क्षिक्षण मुंबई व बडोदा येथे झाले. त्यांनी 'सयाजीराव गायकवाड शिष्यवृत्ती' मिळवून पॅरिसमध्ये जाऊन फ्रेंच भाषा व साहित्यात पदवी मिळवली. इ. स. १९४९-५० या कालखंडात 'ऋदिपूरवर्णवर' फ्रेंच भाषेत प्रबंध लिहून डॉक्टरेट (डी. लिट.) मिळवली. एक नामवंत भाषातज्ज्ञ म्हणूनच महाराष्ट्राला त्यांची ओळख झाली.

डॉ. नारायण गोविंद कालेलकर यांनी मोठ्या प्रमाणात इंग्रजी व मराठी भाषेत लेखन केले. त्याप्रमाणे 'भाषा, बोली आणि लेखन' 'ध्वनिविचार' भाषा आणि संस्कृती', 'भाषा : इतिहास आणि भूगोल', बुद्धकालीन भारतीय समाज', 'झादीग आणि भवितव्यता.' तसेच इंग्रजीमधील ग्रंथ याप्रमाणे.

1) Marathi (Monograph). Indian Concil for Cultural Relations, 1966. 2) Sushil Kumar De felicitataion Vol. Bulletin of the Deccan College Research Institute. Vol.20.(Ed)1960. 3) Workbook in Modern Linguistics. (co-ed). Linguistic Society of india, Poona, 1962. 4) Trans. Comparitive Method in Historical Lnguistics by antoine Meilet (Translation From original French) : Deccan College Handbook Series, 9, 1963.

'ध्वनिविचार'; 'भाषा आणि संस्कती'; या दोन्ही ग्रंथांना महाराष्ट्र राज्य पारितोषिके मिळाली होती. तर 'भाषा : इतिहास आणि भूगोल' या ग्रंथास साहित्य अकादमीचा पुरस्कार प्राप्त झाला होता. डॉ. कालेलकरांचे खास वैशिष्ट्याबद्दल सांगावयाचे झाल्यास त्यांनी आधुनिक भाषाविज्ञान मराठीमध्ये आणण्यात पुढाकार घेतला. हा पुढाकार खऱ्या अर्थाने अत्यंत महत्त्वाचा होता. न आवडणाऱ्या माणसांच्या बाबतीत अबोल, शीघ्रकोपी, त्याचप्रमाणे संकोची, लाजाळू व समाजात फारसे

मिसळणारे नव्हते. असा जरी डॉ. कालेलकरांचा स्वभाव असला तरी त्यांच्या स्वभावाची दुसरी बाजूही अधिक श्रेष्ठ होती. अत्यंत जिज्ञासू वृत्ती, अवतीभवती घडणाऱ्या घटनांकडे चिकित्सक वृत्तीने पाहण्याची प्रगल्भ अशी दृष्टी होती. त्यांनी मुख्यत्वे 'अभिरुची' व 'सत्यकथे' सारख्या नियतकालिकांमधून लेखन केले. कारण ही नियतकालिके त्यांच्या दृष्टिकोनातून वाङ्मय व कला यांना वाहिलेली होती. त्याचप्रमाणे या नियतकालिकांचा वाचकवर्ग चोखंदळ असल्यामुळे त्यांच्यापर्यंत विचार पोहोचविणे त्यांना गरजेचे वाटले.

सामाजिक, राजकीय व शैक्षणिकदृष्ट्या सक्षम होण्याकरिता भाषा अभ्यासावर त्यांचा अधिक भर होता. निर्णयक्षमता व आपले म्हणणे समर्थपणे सामान्य माणसाला मांडता यावे हे अपेक्षित धरून सामान्य माणसाकरिता त्याप्रकारचे लेखन त्यांनी केले. एखादी घटना स्पष्ट करताना ती समर्थपणे मांडून मोकळे न होता त्या घटनेचा उगम का व कशाकरिता झाला हे ते विस्ताराने सांगत होते. एवढेच नव्हे, तर प्रमाण देऊन त्या घटनेची रुची वाढविण्याचे कार्य केले.

डॉ. ना. गो. कालेलकरांच्या संदर्भात लिहिलेल्या लेखात विद्यागौरी टिळक, पुणे या म्हणतात की, त्यांच्याविषयी लेखी संशोधनही संश्लेषणपधानच प्रक्रिया आहे. 'भाषा, इतिहास आणि भूगोल' मध्ये भाषेच्या इतिहाससंबंधीच्या विवेचनात समारोप करताना 'संशोधनाची प्रेरणा होते ती कुतूहलपूर्व बुद्धिवंताना त्याबद्दल वाटणाऱ्या आकर्षणामुळे आणि दुसऱ्या कुणाला ठाऊक नसलेले शोधून काढण्याच्या आवडीमुळे आणि आकांक्षेमुळे. संशोधकाची दृष्टी ही कवीचीच दृष्टी असते. संशोधकाला जेवढी कल्पकता लागते, बाह्यत: पूर्णपणे भिन्न घटकांची, वस्तूंची आणि गोष्टींची संगती लावावी लागते, तेवढीच क्वचितच इतर कोणाला लावावी लागत असेल. कवीप्रमाणे संशोधकही स्वभावत:च स्वप्नाळू आणि प्रवृत्तीशील असला पाहिजे. प्रयत्नाने पुरावा गोळा होतो. चिंतनाने त्याचे मंथन होते आणि धागे जुळविता येतात' असे सांगत त्यांनी त्याबाबतची आपली कल्पना स्पष्ट केली. (ललित, जून १०, पृ. १४.)

वास्तवाविषयी समग्रतेची दृष्टी असणारे व भावविषयक अभ्यासू, जिज्ञासू वृत्तीचे, साहित्य अकादमीचे पुरस्कार प्राप्त ज्येष्ठ साहित्यिक डॉ. नारायण गोविंद कालेलकर यांनी उत्साह व उत्कटतेच्या भरवशावर आपल्या लेखणीच्या समर्थ आविष्काराने आपला ठसा उमटविला. प्राप्त माहितीच्या आधारे त्यांच्या जन्मशताब्दी वर्षानिमित्त त्यांची व साहित्यविषक माहिती देऊ शकलो. अशा या थोर ज्येष्ठ साहित्यिकास त्यांच्या जन्मशताब्दी वर्षानिमित्त माझे विनम्र अभिवादन !

***

दुर्गा नारायण भागवत

आशयघन ललितलेखन, संवेदनक्षम, चिंतनशील वृत्तीची लेखिका त्याच प्रमाणे लोकसाहित्याची संशोधक म्हणून ज्यांची आज आठवण केली जाते अशा प्रगल्भ विचारांच्या लेखिका दुर्गाबाई भागवत यांचे हे वर्ष म्हणजे जन्मशताब्दी वर्ष! म्हणूनच त्यांचा व साहित्याचा परिचय थोडक्यात एक वाचक या नात्याने देत आहे.

दुर्गाबाईंचा जन्म १९ फेब्रुवारी १९१० रोजी झाला. लहानपणी त्यांनी सर्कस सुंदरी होण्याचं स्वप्न पाहिलं परंतु वाचनाच्या आवडीमुळे त्यांच्या आयुष्याला वेगळच वळण मिळालं आणि त्या सर्कस सुंदरीऐवजी एक अन्याय अत्याचाराचा, स्वार्थवृत्ती आणि दांभिकतेचा समूळ नाश करण्याचा संकल्प करणारी लेखिका म्हणून समोर आल्या. दुर्गाबाई भागवतांचं इंग्रजी व मराठी या दोन्ही भाषांवर प्रभुत्व होतं. या दोन्ही भाषांकडे त्या सारख्याच नजरेने पाहत होत्या. त्यांनी संस्कृत भाषेमध्ये पदवी घेतली. परंतु शंकराचार्यांनी 'सत्या'बद्दल केलेलं विवेचन न पटल्यामुळे त्यांनी संस्कृत सोडून बौद्ध वाङ्मयाचा अभ्यास केला. अत्यंत अभ्यासू व चिकित्सकवृत्तीमुळे त्यांना साहजिकच पी. एच. डी. करण्याची इच्छा झाली. ती पूर्ण करण्याच्या इच्छेने त्यांनी नाव नोंदणीसुद्धा केली. "आदिवासी आणि हिंदू यांच्या संस्कृतीमधले संबंध" तपासावयाचे ठरविले. त्यांचे मार्गदर्शक होते. डॉ. जी. एस. धुर्ये. विषयानुरूप त्या निष्कर्षाप्रत आल्या. त्यांना संशोधनकाळात विद्यापीठाकडून विद्यावेतनसुद्धा मिळत होते. संशोधन पूर्ण झाल्यानंतर मार्गदर्शकाने त्यांची अडवणूक करून प्रबंध पुढे सादर केला नाही. तो प्रबंध तसाच पडून राहिला. प्रबंध विद्यापीठाकडे सादर न केल्यामुळे दुर्गाबाईंनी मिळालेलं संपूर्ण विद्यावेतन परत केलं. अशा या संवेदनक्षम लेखिकेला विद्यापीठच काय, तर तुम्ही आम्हीसुद्धा विसरणार नाही. हेही तेवढेच खरे!

निसर्गसौंदर्यात त्या दैनंदिन व्यवहारातील दृष्य, प्रसंग, छपरावरची उन्हाची तिरीप, वाऱ्याची झुळूक, वाऱ्यामुळे हलणारे गवत, सावल्या ह्या सर्व गोष्टींमध्ये

सूक्ष्म अवलोकन करून ह्या बाबी किती महत्त्वाच्या आहेत ते त्यांनी दाखवून दिलं. दुसरं त्यांचं लेखकाच्या बाबतीतील वैशिष्ट्य म्हणजे त्या निर्भयपणे आपला विचार मांडीत असत. अशा वास्तववादी लिखाणामुळेच त्या नवरात्री उत्सवातील ध्वनिप्रदूषणाला सातत्याने विरोध करणाऱ्या जागरूक नागरिक म्हणून ओळखल्या जात होत्या. कै. वा. रा. ढवळे यांनी काढलेल्या 'परखन' या सेंट झेवियर्स महाविद्यालयाच्या मासिकात त्यांनी 'गौतमबौद्ध आणि स्त्रिया' हा लेख लिहिला. हा त्यांचा पहिला लेख प्रकाशित झाला. नंतर १९३५ ते १९५० पर्यंत त्यांनी इंग्रजी भाषेतच लेखन केले. त्यामध्ये 'Early Buddhist Jurisprudence. 1938. A Digesy of Comparative philology 1940. A Primer of Anthropology 1950. परंतु साने गुरुजींच्या सांगण्यावरून त्या मराठी लेखनाकडे वळाल्या.

सौंदर्यनिष्ठा आणि वास्तववादी जीवनमूल्यांचा शोध घेणारी त्यांची साहित्य संपदा होती. जे अनुभवलं तेच वाचकांसमोर मांडून अवतीभवतीच्या भ्रष्टव्यवस्थेवर प्रहार करून विकाराला दूर कसे लोटायचे हे साहित्याच्या माध्यमातून पटवून दिले. दुर्गाबाई भागवत यांचे साहित्य असे... 'महानदीच्या तीरावर' कादंबरी. 'पूर्वा' हा कथासंग्रह. 'ऋतुचक्र', 'भावमुद्रा', 'पैस', 'डूब', 'प्रासंगिका' हे ललितलेख संग्रह. 'तुळशीचे लग्न', 'रानझरा', 'वनवासी राजपुत्र', 'पंगनुरचे शहाणे' हे बालवाङ्मय. 'समुद्राची देणगी', 'वॉल्डनकाठी विचार विहार', 'कॉकडचा क्रांतिकारक', 'बाणाची कादंबरी' हे अनुवादित साहित्य. 'लहानी', 'आत्मकथनात्मक' अस्वल, 'प्राणिविषयक. त्याचप्रमाणे', 'काश्मीरच्या लोककथा', 'तामिळ लोककथा', 'दख्खनच्या लोककथा' 'बंगालच्या लोककथा', 'साष्टीच्या गोष्टी', 'आसामच्या लोककथा', गुजरातच्या लोककथा', 'उत्तरप्रदेशच्या लोककथा', 'मध्यप्रदेशच्या लोकककथा', 'संताळ कथा', 'सिद्धार्थ जातक' 'खंड'; 'सत्यम् शिवं सुंदरम्' व्याख्यानमाला; 'मुक्ता' भाषण संग्रह– अशी ही ग्रंथ संपदा !!

प्रत्येक लेखक कवी आपआपल्यापरीने प्रकाशचा शोध घेतो. परंतु हा शोध घेत असताना अनुभव आणि बाह्यविश्वाची सांगड अतिशय महत्त्वाची ठरते. मानवी जीवनाचा तळ नितळपणे बघणाऱ्यांपैकी दुर्गाबाई भागवत एक; म्हणूनच की काय त्या १९७५ च्या आणीबाणीच्या काळात एक अभ्यासू लेखिका जनतेच्या नेत्या झाल्या. केवळ भाषणे न देता कृतीतही उतरल्या. त्यामुळेच त्यांना अफाट अशी लोकप्रियता मिळाली. एवढं असूनही त्या अहंकारापासून कोसो दूर होत्या. सर्वसामान्य माणसामध्ये मिसळत होत्या. हाच त्यांच्या व्यक्तिमत्त्वाचा खास पैलू होता. अशा या महान लेखिकेस वैयक्तिक आयुष्यात अनेक आघात सोसावे लागले. परंतु त्या

निराशावादी न बनता त्या-त्या क्षणी ही सर्व सुख-दु:खे स्नेहपूर्वक अनुभवली. म्हणूनच त्यांचं लेखन मौलिक ठरलं व या साहित्याच्या माध्यमातून मानवी मनाला एक चांगलं वळण देण्याचं कार्य त्यांच्या हातून शेवटपर्यंत झालं. अशा या वैश्विक मनाचा शोध घेणाऱ्या दुर्गाबाई भागवत लेखिकेस त्यांच्या जन्मशताब्दी वर्षानिमित्त विनम्र अभिवादन !

***

पुरुषोत्तम भास्कर भावे

निरीक्षण, आकलन आणि अनुभव या त्रिसूत्रीची विलक्षण साधर्म्यता ज्यांच्या लेखणीतून जाणवते, नव्हे, तर अतिशय तेजस्वी लेखनाच्या माध्यमातून मानवाच्या सद्सद्विवेक बुद्धीला जागृत करणारे आणि इंग्रजी भाषेवर प्रभुत्व सिद्ध केल्याबद्दल प्राचार्य गार्डिनर यांनी 'भावे स्पीक्स बेटर इंग्लीश दॅन मायसेल्फ' असं प्रशिस्तपत्र मिळविणारे, तसेच विदर्भातल्या विविध गावातल्या शाळेत शिकून नागपूरच्या हिस्लॉप कॉलेजपर्यंत पोहचून बी. ए.; एल.एल.बी.चे शिक्षण पूर्ण करणारे हिंदूनिष्ठ पुरुषोत्तम भास्कर भावे यांचा जन्म १२ एप्रिल १९१० रोजी झाला. विद्यार्थी दशेपासूनच वक्तृत्व व लिखाणाची आवड असल्यामुळे त्यांची 'फुकट' ही पहिली कथा १९३१ मध्ये 'किर्लोस्कर' मासिकात प्रसिद्ध झाली.

स्वातंत्र्य लढ्यातील अग्रणी देशभक्त स्वा. सावरकर यांचे राजकारण व साहित्य या दोन्ही क्षेत्रांतील कर्तृत्व लक्षात घेता नवचैतन्याची ऊर्जा मिळाली. कारण वि. दा. सावरकर यांचे हे राष्ट्राकरिता असून प्रत्येक भारतीयास नैतिक सदाचाराकडे नेणारे आहेत, यावर भावे यांचा ठाम विश्वास बसला. तेव्हा त्यांनी स्वा. सावरकरांना दैवत मानले. १९४१ मध्ये पु. भा. भावे यांनी 'आदेश' नावाचं साप्ताहिक सुरू करून त्यामधून सडेतोड व दांभिकतेवर प्रहार करणारे लेखन करून वैचारिक जाणिवेसोबत समाजप्रबोधन करून स्वातंत्र्यासाठी लढणाऱ्या चळवळीतील कार्यकर्त्यांना वास्तव प्रश्नाकडे गंभीरपणे बघण्याची दृष्टी दिली. याच काळात 'आदेश विरुद्ध अत्रे' हा खटला खूप गाजला. असं जरी होतं तरीसुद्धा वास्तवाचं भान ठेवून विचार आणि आचार यामध्ये दरी निर्माण होऊ दिली नाही व माणुसकीचं मोल जपणारं असं दर्जेदार साहित्य लिहिलं त्यांची साहित्यसंपदा अशी-

'पहिला पाऊस'; 'स्वप्न'; 'सतरावं वर्ष'; 'प्रेम'; 'हिमानी'; 'ओवाळणी'; 'मुक्ता'; 'फुलवा'; 'सावल्या' या त्यांच्या लोकप्रिय कथा. 'प्रथमपुरूषी एकवचनी';

हे आत्मचरित्र. 'महाराणी पद्मिनी'; 'स्वामिनी' ही नाटके. 'वाकूल्या'; 'पणत्या'; 'स्मरणी'; 'रांगोळी'; 'वाघनखे' हे विनोदी लेख. 'रोहिणी'; 'दोन भिंती'; 'आग'; 'अंतराळ'; 'अकुलिना' या कादंबऱ्या. 'रक्त आणि अश्रू'; 'आदेश विरुद्ध अत्रे'; 'आनंद सोपान' हे गाजलेले लेखसंग्रह. कथा लेखन हे पु. भा. भावे यांचे बलस्थान जरी असले तरीसुद्धा कादंबरी लेखनही त्यांनी समर्थपणे केले. अंत:करणाच्या भाषेने जीवनविषयक तत्त्वज्ञान आलेल्या अनुभवातून चिंतनाची जोड देऊन साहित्याच्या माध्यमातून त्यांनी मांडले. म्हणूनच 'आदेश' या साप्ताहिकाची मागणी खूपच वाढलेली होती व याच काळात त्यांनी अनेक कसदार कथाही लिहिल्या. १९४८मध्ये अतिशय दुर्दैवी व दु:खद घटना घडली. ती म्हणजे महात्मा गांधीजींचा खून झाला. भावे यांच्या साऱ्या लेखनातून हिंदुत्व दिसल्यामुळे व हिंदुत्वाचे पुरस्कर्ते म्हणून त्यांचेकडे पाहिले गेल्यामुळे त्यांना अटक होऊन नंतर निर्दोष सुटकाही झाली. पण या काळात 'आदेश' साप्ताहिकाचे कार्यालय पूर्णपणे जळून खाक झाले. त्याचा परिणाम त्यांच्या व्यवसायावर झाला. तसेच या व्यवसायाकरिता त्यांची आतापर्यंत झालेली धावपळ एका क्षणात बंद पडली. या गोष्टीचा एवढा मोठा भयंकर परिणाम त्यांच्यावर झाला तो म्हणजे त्यांच्या आयुष्याची दिशाच बदलली व राजकारणही संपले. पु. भा. भावे नागपूर सोडून डोंबिवलीला आले. प्राप्त परिस्थितीमध्ये त्यांना बरे-वाईट अनुभव आले. हे सर्व संघर्ष त्यांनी पचविले. वाचनातील सातत्यामुळे त्यांची प्रतिभा अधिक विकसित होऊन एकापेक्षा एक अशा अनेक दर्जेदार कथा त्यांनी लिहिल्या व त्या लोकप्रियसुद्धा झाल्या. प्रतिभाशक्तीच्या बळावर शब्दसिद्धी लाभलेला हा कथालेखक कथेच्या सुयोग्य मांडणीमुळे वाचकाचं चित्त वेधून त्यांना कथेतील वास्तवाकडे अंतर्मुख केल्याविना राहात नव्हता. एवढं बळ त्यांच्या शब्दांत सामावलेलं होतं.

'ज्येष्ठ साहित्यिक श्रीराम शिधये हे पु. भा. भावे यांच्या वैयक्तिक जीवन विषयक तसेच साहित्य विषयक मत प्रगट करताना म्हणतात की, ''आजच्या काळातही या वादळाची आठवण येते; ती त्यांच्या कथांमुळे, त्यांच्या सौष्ठवपूर्ण भाषेमुळे. त्यांच्या शैलीतील विविधतेमुळे. त्यांच्या मूल्याधिष्ठित जीवन जगण्याच्या ऊर्मीमुळे. अनेकांशी त्यांनी जपलेल्या निर्मळ मैत्रीमुळे. त्यांच्या लेखनातील सातत्यामुळे. जीवनातील प्रश्नांना ताज्या मनानं भिडण्याचा प्रयत्न करण्याच्या त्यांच्या वृत्तीमुळे. दुर्दैवाने आज काही मंडळी भावे म्हणजे हिंदुत्व असं समीकरण मांडतात. पण ते साफ चुकीचं आहे. त्यांच्या संपूर्ण साहित्याकडे पाहिलं तर लक्षात येतं की, हिंदुत्व हा त्यांच्या व्यक्तिमत्त्वातला फक्त एक भाग होता. त्यापलीकडेही भावे होते आणि ते अत्यंत आकर्षक होते. ज्यांनी-ज्यांनी त्यांना स्वच्छ नजरेने जवळून पाहिलं आहे,

त्यांना त्यांच्या राजस, गुणप्रेमी, प्रेमळ स्वभावाच्या; तानाजी आणि परशुराम या घरकाम करणाऱ्यांवर पुत्रवत माया करणाऱ्या, सुगंधाचे शौकिन असणाऱ्या आतिथ्यशील भावव्यांचचं दर्शन घडलेले आहे.'' एकंदरीत पु. भा. भावे यांनी समृद्ध वैचारिक लेखन केले. समाजातील सर्व थरांतील व्यक्तिशी असणारी मैत्री व उत्कट संवेदना आणि उत्कट भावनेच्या पातळीवर आपल्या विचारांची आवर्तने निर्माण केली. अशा ह्या साहित्यिकास त्यांच्या जन्मशताब्दी वर्षानिमित्त माझे विनम्र अभिवादन !

***

प्रा. अरविंद गंगाधर मंगरूळकर

शास्त्रीय संगीतावर ललित भाषेत लिहिणारे त्याचे चिकित्सकपणे लेखन करणारे व मातृभाषेचा आदर करताना व्याकरणाबाबत नेहमी सतर्क असणारे विद्वान लेखक म्हणून ज्यांची पुण्यात ख्याती होती असे प्रा. अरविंद गंगाधर मंगरूळकर यांचा जन्म २९ एप्रिल १९१० रोजी झाला. 'केशरीबाईचे केशरी गाणे' या विषयावरील लेखाने अनेक सृजनशील वाचकांचे लक्ष वेधून घेतले होते. जीवनश्रेयाची वैचारिक सूत्रबांधणी करून गाण्याच्या मैफिलीचे काव्यात्मक वर्णन केले होते. प्रा. मंगरूळकरांचा स्वभाव परखड व चिकित्सक. हे गुणवैशिष्ट्य ठळकपणे दिसत असले तरी त्यांची जिज्ञासावृत्ती, शिक्षणावर असलेलं नितांत प्रेमसुद्धा प्रशंसनीय आहे. त्यांची साहित्यसेवा त्यांच्या लिखाण व संपादनावरून स्पष्ट होते. त्यांचे साहित्य असे-

'मेघदूत', 'स्वप्नवासवदत्ता', 'नीतीशतक', 'मालविकाग्निमित्र' 'साहित्यचिंतामणी इत्यादी. हे संपादन केलेले साहित्य वसंत बापट, दि. मो. हातवळणे., म. गो. माईणकर, म. मो. केळकर, द. गं. कोपरगावकर, कृ. श्री. अर्जुनवाडकर, भीमराव कुलकर्णी, वि. मो. केळकर, यांच्या सहकार्याने केलेले आहे. अर्धमागधी घटना आणि रचना; मराठी घटना आणि रचना परंपरा; मराठी व्याकरणाचा पुनर्विचार; हे साहित्य शेफलीकर, गद्यानुवाद, नादचित्रे, ज्ञानेश्वरी अध्याय ३, ९, १२ आणि पसायदान संपादन केलेले आहे.

प्रा. अरविंद गंगाधर मंगरूळकर मोजके बोलणारे, परखड आणि मुद्देसूद बोलणारे व वैचारिकदृष्ट्या तटस्थ म्हणून प्रसिद्ध होते. खरं तर सरांच्या बाबतीत बोलायचे झाल्यास 'मौनम् सवार्थ साधनम्' हे संस्कृत वचन आहे. खरं तर मनुष्य जास्त बोलण्याने जितका घोटाळा करून टाकतो तेवढा गप्प राहण्याने करत नाही. मौन म्हणजे आवश्यक तेवढेच बोलणे. अर्थात मौनाचे चांगुलपण असा स्वार्थ

साधण्यापुरते मर्यादित नाही. बोलणं जर बंद असेल तर मन जास्त विचार करते व या विचारमंथनातून जीवनसत्त्वे मिळतात. पण ती चांगले विचार करणाऱ्यास म्हणूनच ती जास्त शाश्वत असतात. ज्ञानी माणसाचे आचरणही गंगेच्या प्रवाहासारखेच पवित्र असते. अल्पज्ञानी माणूस प्रचंड बडबड करून जो चांगला परिणाम साधू शकत नाही तोच चांगला परिणाम ज्ञानी माणूस मोजके शब्द वापरून साधू शकतो. गांधीजींनी सांगितल्याप्रमाणे ज्ञानाच्या दृष्टीने माणसे साधारणपणे तीन प्रकारात मोडतात. एक 'अज्ञानी', दुसरा 'अर्धवट किंवा अल्पज्ञानी' आणि तिसरा म्हणजे पूर्णज्ञानी. पूर्णज्ञानी या मध्ये प्रा. अरविंद गंगाधर मंगरूळकर असल्याने योग्य वेळी बोलून कार्य सिद्धीस नेण्यास ते यशस्वी ठरले. कमी बोलणे हा त्यांच्यातील दोष नसून पूर्णज्ञानी असल्याचा संकेत आहे. म्हणूनच जिज्ञासू वृत्तीतून त्यांनी उत्तर आयुष्यात फ्रेंच भाषेचे अध्ययन केले. कणखर तेवढेच निर्भीड वृत्तीचे प्रा. अरविंद गंगाधर मंगरूळकर यांचे साहित्य मानवी जीवनाचा मूलस्रोत टिपणारे असल्याचे निदर्शनास येते. म्हणूनच ज्येष्ठ साहित्यिक गणेश उमाकांत थिटे यांनी लिहिलेल्या 'मराठीचे वाग्वैद्य' या लेखात

म्हटले की, प्रा. स. ह. देशपांडे यांनी सत्यकथेमध्ये त्यांच्यावर लिहिलेल्या लेखात त्यांचे वर्णन शारद्वत असे केले आहे. प्रा. स. ह. देशपांडे यांचा लेख अतिशय मार्मिक आणि उत्तम व्यक्तिचित्रणाचा आदर्श या प्रकारचा आहे. त्यांनी शारद्वताची उपमा अत्यंत समर्पक दिली असल्याचे बोलले जाते.

वरील सर्व विवेचनावरून असे लक्षात येते की, चिकित्सक वृत्तीचे, परखड स्वभावाचे, मुद्देसूद बोलणारे, सामाजिक जाणिवेच्या निर्भीडपणे नोंदी घेऊन आपल्या साहित्यिक मित्रांच्या सहकार्याने चांगल्या साहित्याचे संपादन तसेच लेखन केले. आणि हे सर्व करत असताना ठरविलेल्या धोरणापासून कधी विचलित झाले नाहीत. म्हणजेच स्वतःच्या विचारांशी ठाम असल्याचे जाणवते. स्पष्ट उच्चार करण्याविषयी त्यांची ख्याती होती. तसेच काहीतरी नवीन शिकण्याची तयारी होती. म्हणूनच एक वाचक या स्नेहपूर्वक नात्याने त्यांच्या जन्मशताब्दीनिमित्त माझे विनम्र अभिवादन !

***

भास्कर रामचंद्र भागवत

कुठल्याही देशातील लहान मुले ही त्या देशाची संपत्ती होय व या संपत्तीच्या समृद्धीकरिता त्यांच्यावर चांगले संस्कार करण्यासाठी उत्तम साहित्याची तेवढीच गरज असते. बालमनावर चांगले संस्कार झाल्यास त्याचा उपयोग राष्ट्र उभारणीसाठी होतो. म्हणून बालमनावर चांगले संस्कारक्षम करण्याचा उद्देश नजरेसमोर ठेवून संस्कारशील पिढी निर्मितीचा वसा घेतलेले बालसाहित्यिक भा. रा. भागवत यांनी उत्तम बालसाहित्य जाणीवपूर्वक लिहिले व त्यांचे साहित्य खऱ्या अर्थाने मार्गदर्शक ठरले. अशा या साहित्यिकाचा जन्म ३१ मे १९१० रोजी झाला. सहजभावातून साध्या सरळ शैलीत लिखानामुळे बालमनाच्या काळजाला स्पर्श करणारं साहित्य ! हे केवळ लिहायचे म्हणून लिहिले नाही. तर सद्‌विचारांची व संस्कारांची उधळण करणाऱ्या वात्सल्यपूर्वक साहित्य निर्मितीमुळे आजही त्याचं नाव आदरपूर्वक घेतलं जातं.

सुरुवातीच्या काळात त्यांची पत्रकार म्हणून जरी ओळख असली तरी त्यांनी विनोदी, रहस्यप्रधान, अनुवाद अशा स्वरूपाचे लिखाण केले. परंतु त्यांचे मन मात्र खऱ्या अर्थाने बालसाहित्यातच रमले. काही वेळ त्यांनी 'सकाळ'मध्ये काम केले. नंतर दिल्लीत वृत्तनिवेदकाची नोकरी स्वीकारली. 'सकाळ'मधील काम सोडल्यानंतर मुंबईच्या स. का. पाटील यांच्या 'प्रकाश' या साप्ताहिकामध्ये रुजू झाले आणि या साप्ताहिकातील एक संपूर्ण पान संपादकांनी बालसाहित्याकरिता प्रदान केल्याने भा. रा. भागवत अत्यंत खूश होऊन 'पबूताई आणि तिचा गोतावळा' या सदरामार्फत मुलांशी गप्पा मारून त्यांची अतूट अशी मैत्री झाली. मुलांना विपुल अशा प्रमाणात बालसाहित्य लिहून उपलब्ध करून दिलं. तसेच अनुवादाच्या माध्यमातून जगातील दर्जेदार बालसाहित्य बालमनापर्यंत पोहोचविलं.

'घड्याळाचे गुपीत', 'मुंबईला चक्कर', 'दुर्मीळ तिकिटांची साहस यात्रा', 'अक्काचं अजब इच्छापत्र' अशा बिपीनच्या पाच कादंबऱ्या भा. रा. भागवतांनी

लिहिल्या. 'रॉबिनहूड आणि रंगेल गडी', 'ॲलिस इन वंडरलँड', 'मायापूरचा रंगेल राक्षस', 'चंद्रावर स्वारी', 'जॉर्ज वाशिंग्टन', 'अब्राहम लिंकन'; ही चरित्र भाषांतरे. 'फास्टर फेणे', 'नंदू नवाथे', 'साखरसोंड्या', 'निळा मासा', 'तैमूरलंगचा भाला', असे अनेक बाल साहित्य निर्माण करून लहान मुलांशी घट्ट मैत्री केली.

मुलांसाठी उतमोत्तम साहित्य देण्याच्या इच्छेमुळे त्यांनी २६ जानेवारी १९५१ रोजी 'बालमित्र'चा पहिला अंक प्रसिद्ध केला. हा अंक एवढा दर्जेदार होता की, बाल साहित्य कसे असावे यासाठी हा अंक आवर्जून पाहिला जात होता. असा हा अप्रतिम 'बालमित्र' अंक होता. बाल साहित्याची भूमिका भा. रा. भागवत यांनी १९७५ मध्ये पुणे येथे बालकुमार साहित्य संमेलनाचे अध्यक्ष या नात्याने भाषणात दिली. साहित्याविषयीची भूमिका विशद करताना ते म्हणतात-

"बालसाहित्यकाराला पहिली आवश्यक गोष्ट म्हणजे थोडीशी मानसशास्त्रीय बैठक. आपण नेहमी म्हणतो की, मुलांच्या मनावर संस्कार होतात. ते मुख्यत: घरी आणि शाळेत. म्हणजे पालक आणि शिक्षकांकडून मुलांवर चांगले संस्कार करावयाचे असतील तर पालक आणि शिक्षक या दोन्ही भूमिका आपण उत्तम वठविल्या पाहिजेत... मुलांमध्ये प्रेमाची भावना जास्त उपजत असते. प्राण्यांवर आणि माणसांवर ते सहजपणाने प्रेम करतात. अर्थात स्वार्थ सगळ्यांनाच असतो. आपली वस्तू आपण कवटाळून बसणे ही माणसाची वृत्ती असते. दुसरा अडचणीत आहे असे कळल्यावर मुले पुढे होतात. या नावाची कादंबरी आहे. दुसऱ्या महायुद्धाच्या काळात शत्रूने व्यापलेला फ्रान्स वीस फ्रेंच मुले गुप्तपणे गुहेत दडलेली असतात. दहा मुलांवर नात्सींचा डोळा आहे. ज्यू समाजातील मुले संकटात आहेत. आसरा शोधताहेत. या विसांना ते कळते. त्या विसांनी लगेच त्यांना (दहा मुलांना) आपल्या गुहेत आसरा दिला... ही सहानुभूती अन् मानवता मुलांमध्ये स्वाभाविक असते. आपल्या जाती, वर्ण, विचारांनी आपण त्यांना बिघडवितो. प्रेम, मानवता या स्वाभाविक प्रवृत्ती जोपासणे हे जसे महत्त्वाचे आहे तसेच मुलांना बुद्धिनिष्ठ, तर्कवादी बनवणे हेही आपले कर्तव्य आहे. जुन्या अंधश्रद्धा फेकून द्या आणि मुलांना सृष्टीच्या व्यवहारातले सामाजिक जीवनातले कार्यकारणभाव समजावून द्या. मुलांना मार्गदर्शन करा. पण सांभाळून स्वत:विचार शोधण्याची मार्ग काढण्याची, त्यांची उत्सुक वृत्ती घालवू नका. उलट ती वाढवा. नाहीतर अडचणीच्या वेळी तुम्ही जवळ नसलात की, ती बावरून जातील. (दहा अध्यक्षीय भाषणे-संपा. शंकर सारडा, पृ.२५,२६,२७)

संपूर्ण महाराष्ट्रात बालसाहित्याच्या क्षेत्रात मोजण्या एवढेच साहित्यिक आहेत. बालसाहित्याचं वाङ्मयीन मूल्य खरं तर राष्ट्र उभारणीच्या दृष्टीनं अत्यंत महत्त्वाचं

आहे. बालमनामध्ये नवचैतन्याची ऊर्जा, सामाजिक दृष्टिकोन, चारित्र्यसंपन्नतेचे महत्त्व, सात्त्विक विचार, प्रेम, भक्ती, कृतज्ञता, या भावनांचा आदर हे सर्व बालसाहित्याच्या माध्यमातून प्रतिबिंबित करून सुसंस्कारित पिढी घडविण्यास व चुकलेल्या बालमनास वठणीवर आणण्याचे काम ह्या साहित्याच्या माध्यमातून भा. रा. भागवत यांनी केलं. म्हणूनच मुलांशी घट्ट मैत्री त्यांना करता आली. अशा या बालसाहित्यिकास मुलांनीसुद्धा तेवढीच साथ दिली. 'रडता पडता घेई उचलूनी कडेवरी...' हे सर्वांनाच जमेल असं नाही, परंतु, भा. रा. भागवत या बालसाहित्यिकास मात्र हे जमलं. म्हणूनच त्यांना त्यांच्या जन्म शताब्दी वर्षानिमित्त माझे विनम्र अभिवादन!

***

पु. शि. रेगे

वाङ्मय अभिरुची, काव्य, भावनात्मक पातळीवर स्त्री-पुरुषाचं सूक्ष्म निरीक्षण करून एका वैचारिक भूमिकेवर वाचकाला घेऊन जाण्याचं अधिष्ठान असलेलं साहित्य. अस्तित्व जपत आपल्या मूलभूत व अंगभूत शैलीने आखीव-रेखीव जीवन जगताना ऊर्मी देणारं व स्वतंत्र मूल्यदृष्टी जपणारं साहित्य लेखन करणारे म्हणून पु. शि. रेगे यांच नाव घेतलं जातं. ते महाराष्ट्रातील श्रेष्ठ दर्जाचे साहित्यिक म्हणून प्रसिद्ध आहेत. त्याचं पूर्ण नाव पुरुषोत्तम शिवराम रेगे. कविता, कादंबरी, कथा, नाटक, समीक्षा या साहित्य क्षेत्रात मोलाची कामगिरी बजावली. अशा या संवेदनशील, सृजनशील, लेखकाचा जन्म २ ऑगस्ट १९१० रोजी झाला. अभिजात सौंदर्यदृष्टी असल्यामुळे त्यांच्या कवितेत प्रेमाची विरूद्ध भावना आणि तरलता दिसत असल्यामुळेच त्यांनी मराठी कविता एका वेगळ्या उंचीवर नेऊन पोहोचविली. स्त्रीमनातील प्रेम, भावना, वात्सल्य इ. अनेक अंगे त्यांनी परोपरीने व्यक्त केलीत. म्हणूनच त्यांच साहित्य वाचकांच्या पसंतीस उतरलं. त्यांची साहित्यसंपदा अशी-

इतर कविता फुलोरा, हिमसेक, दोला, गंधरेखा, पुष्कळा, दुसरा पक्षी, स्वानंदशोध, प्रियाळ हे कवितासंग्रह. सावित्री, अवलोकिता, रेणू, मातृका या कादंबऱ्या, रूपकथ्थक, मनवा हे कथासंग्रह छांदसी हा समिश्रग्रंथ. छंद हे नियतकालिक.

कवी पु. शि. रेगे यांच्या कवितेतील मोठेपणा तिच्या आशयात स्पष्ट होता. कारण त्यांचं काव्य आशय व अभिव्यक्तीच्या बाबतीत वेगळेपण सांभाळून, वात्सल्य निर्माण करून रसिकांच्या काळजाला स्पर्श जात असल्यामुळे त्यांचं नाव संपूर्ण महाराष्ट्राला परिचित झालं. मानवी भाव-भावना व असणारा आवेग व रूपकात्मकता पुढील रचनेवरून लक्षात येईल-

मस्ती म्हणजे गालावरची
मस्ती म्हणजे डोळ्यामधली
मस्ती म्हणजे बाहूमधली

. . . .

. . . .

. . . .

अस्तु आता हे मस्तीपुराण
जरा दावितो मातीच्या मस्तीचा अन्
मस्तवाल ती. . .
छटेल थोडी, हटेल किंचित,
बनेल किंचित, मनेल मोठी,
मस्तवाल मी तिच्यासाठी
होशिय्यार अन् पुन्हा तयार. . .

पु. शि. रेगे यांची काव्यशैली म्हणजे सत्याविष्कार करणारी व तो अनुभव घेण्याच्या पद्धती व व्यक्त करण्याच्या तऱ्हासुद्धा अभिनव, तेवढ्याच व्यापक असल्यामुळे निर्माण होणारी कविता ही वाचकाच्या मनाचा वेध घेते. अशा या विविध भावनांच्या छटा त्यांच्या कवितेत प्रतिबिंबित झालेल्या आहेत. तसेच काव्यात्मक नाट्यलेखन करण्याचे प्रेमसुद्धा त्यांनाच दिले गेले. 'छंदसी' हा समीक्षा लेखसंग्रह म्हणजे त्यांचे साहित्यविषयीचे चिंतन असल्याचे या समीक्षा संग्रहाला महत्त्वाचे स्थान प्राप्त झालेले आहे. अशा स्वरूपाची अर्थपूर्ण समाजउपयोगी साहित्यनिर्मिती करणारे साहित्यिक पु. शि. रेगे यांना त्यांच्या जन्मशताब्दी वर्षानिमित्त माझे नम्र अभिवादन!

***

बा. भ. बोरकर

ख्यातनाम कवी बाळकृष्ण भगवंत बोरकर यांचा जन्म ३० नोव्हेंबर १९१० रोजी निसर्गरम्य गोव्यात झाला. म्हणूनच की काय त्यांचा आणि निसर्गाचा अत्यंत जवळचा संबंध आणि त्याचं प्रतिबिंब त्यांच्या साहित्यात उलगडले. आंतरिक भावनेला जेव्हा कळ्या येतात तेव्हा त्या उमलण्यापर्यंतच्या क्षणात शब्द साकळून येतात व अनुभूतीच्या बळावर वैचारिक मंथन होऊन निसर्गाचं सुंदर हवंहवंस वाटणारं लोभस रूप कवितेच्या माध्यमातून जन्म घेते व यातूनच अभिव्यक्ती व्यक्त होताना दिसते.

अशा या साक्षात्कारी अनुभवाच्या जोरावर साऱ्या संवेदना एकत्र आणण्याच्या निष्णात दृष्टीचे ख्यातनाम कविवर्य म्हणजे बा. भ. बोरकर; ज्यांचे मराठी भाषेबरोबरच कोकणी भाषेवरही तेवढेच प्रेम होते. त्यांचा 'पांजयणा' हा कोकणी भाषेतील काव्यसंग्रह १९६० मध्ये प्रकाशित त्यानंतर १९८० मध्ये प्रसिद्ध झालेल्या 'सायास' या कोकणी भाषेतील कवितासंग्रहाला १९८१ मध्ये साहित्य अकादमीचे पारितोषिक प्राप्त झाले.

असे बहुआयामी व्यक्तिमत्त्वाचे धनी, काव्य-प्रतिमा आणि साहित्य साधनेला मानाचा मुजरा! कवी बा. भ. बोरकर यांच्या जन्मशताब्दी वर्षानिमित्त त्यांच्या कार्यकर्तृत्वाचा परिचय करून देणारा हा लेखप्रपंच! कवी बा. भ. बोरकर यांच्या काव्य लेखणाची शैली अतिशय खुमासदार, विचारांची प्रगल्भता, परिपक्वता, संशोधनवृत्ती, इ. गुणांचा परिचय त्यांच्या साहित्य लेखनातून दिसून येतो. तस पाहिलं तर त्यांचं जीवनही विविधरंगी असल्यामुळेच प्रौढ विचारांचा साक्षात्कार होतो. ते पोर्तुगीज प्राथमिक शिक्षक, वृत्तपत्रकार, आकाशवाणी अधिकारी, गांधीवादी विचारसरणी असं त्यांचं व्यक्तिमत्त्व फुलत गेलं. मानवी जीवनाच्या भाव-भावनांचा, सुख-दु:खांचा ठाव घेण्याचे सामर्थ्य दीर्घ अनुभवाच्या पातळीवर अनुभवून ते साहित्य

लेखनाकडे वळाले. सूचकता हे कवितेचं सौंदर्य लक्षात घेता चिरतारुण्याचे व चिरसौंदर्याचे वरदान ज्यांना लाभलं अर्थात असे कवी बा. भ. बोरकर यांची भावुक तेवढीच हळवी जीवनातील सत्य साध्या-सरळ प्रेम भावनेतून झिरपणारं असं अतिशय सुंदर काव्य असल्याची प्रचिती म्हणजे मनात रुतून बसलेली ही कविता-

असा कसा मी तरुण निरंतर सांगू कैसे तुला
सहज अचानक झाकून डोळे तिने चुंबिले मला...
त्या रात्रीचे तसे चांदणे जगी न पडले कधी
तशी न उरली पुन्हा कधीही दुथडी जागी नदी
उरात घुसुनी गळ्यात घुमली निळी-निळी कोकिळा...
आज मावले जरी चांदणे, आटत आली नदी
तीच कोकिळा कधीतरी येते घुंगुरू बांधुनी नदी
गाता मी मग उघडे गायी कुबेर गृहिची 'तिळा'
तरुण असा मी, जेव्हापासून तिने चुंबिले मला...

डॉ. रा. चिं. ढेरे हे कवी बोरकरांच्या बाबतीत मत प्रगट करताना म्हणतात- "बोरकरांचे भावविश्व हे 'अखंड मोहरलेले' आहे ज्याला 'परम सत्याचा चंद्र पालवीच्या आड'आहे. कवी बा. भ. बोरकर हे कथा, कादंबरी, ललित लेखन याकडेही वळले होते. परंतु त्यांचं खरं प्रेम दिसते ते काव्यरचना. म्हणूनच ते खऱ्या अर्थाने रमले, जगले तर कवितेत, असे म्हटले जाते." त्यांची साहित्य संपदा अशी-

'प्रतिभा'; 'जीवनसंगीत', 'दूधसागर'; 'आनंदभैरवी'; 'चित्रवीण'; 'गितार'; 'चांदणवेल'; 'कांचन'; 'संध्या'; 'अनुरागिणी'; 'चिन्मयी' हे कवितासंग्रह. 'बोरकरांची कविता', हा मंगेश पाडगावकर संपादित कवितासंग्रह. 'कागदी होड्या'; 'घुमटावरले पारवे'; 'चांदण्याचे कवडसे'; 'पावलापुरता प्रकाश'; 'मावळता चंद्र'; 'अंधारातील वाट' हे ललित लेखसंग्रह. 'भावीण'; 'प्रियकामा'; 'प्रियदर्शनी'; 'समुद्राकाठची रात्र' या कादंबऱ्या.

कवी बोरकर हे अनेक संकटांना सामोरे गेले. येणाऱ्या दुःखाला ते कधी कवटाळून बसले नाहीत. उलट त्यांनी येणाऱ्या आपत्तींशी सामना केला. कोकणी मराठी भाषेच्या वादात ते सकारात्मक भावनेने सामोरे गेले. झालेल्या टीकेला त्यांनी उत्तर दिले.

दातानी जरी जीभ चावली
कुणी बत्तीशी का तोडली...

१९६२ मध्ये गोमंतक मराठी साहित्य संमेलनाचे अधिवेशन पणजीत झाले व कवी बोरकर तेथे असूनही ते या संमेलनापासून दूर राहिले. सभागृहात आचार्य प्रल्हाद केशव अत्रे भाषण करताना कोकणी-मराठी समस्येवर तुटून पडले आणि मुंबईच्या दादरच्या शिवाजी पार्कवर बोरकरांच्या पुस्तकांची होळी करण्याची भाषा त्यांनी केली. तेव्हा गोमंतक दैनिकातर्फे प्रतिक्रिया देताना बोरकर सद्गदित स्वरात म्हणाले-

"तुकारामाचे अभंग बुडविले गेले. पण ते बुडाले नाहीत. ते तरले ही महाराष्ट्राची परंपरा आहे. त्यामुळे अत्रे माझी पुस्तके जाळणार याची मला चिंता नाही. कधी होळी करणार ते सांगा. मी स्वत: येऊन काडी लावीन.'' (बा. भ. बोरकर व्यक्ती आणि वाङ्मय, मनोहर हि. सरदेसाई) ही प्रतिक्रिया. यावरून कवी बोरकर किती निरागसपणे जीवन जगत होते, याची जणू ही साक्षच!

अशा ह्या सृजनशील कवीविषयी वैदर्भीय साहित्यिका आशा सावदेकर म्हणतात की, 'वाईट दिवसामध्येही ते वाकले नाहीत. तत्त्वापासून ढळले नाहीत. त्यांचा आतला सूर ढळला नाही. त्यांनी कवितेला व कवितेने त्यांना सोडले नाही'' खरंच, अशा या ख्यातनाम कवीस माझे विनम्र अभिवादन !

***

प्रा. मधुकर बळीराम वडोदे

जन्म तारीख - ०२ जानेवारी १९६२
शिक्षण - एम. कॉम., एम. ए. (अर्थ),
बी. एड्., डी. बी. एम., डी. एस. एम.,
जी. डी. सी. एन्ड ए.
जन्मगाव - हिंगणे -गव्हाड. पोस्ट - मामुलवाडी.,
तालुका:-नांदुरा, जिल्हा:- बुलढाणा.

स्थायी पत्ता- 'आई', सरस्वती नगर, चांदे कॉलनीजवळ,
जलंब रोड, खामगाव. तालुका-खामगाव.
जिल्हा- बुलढाणा., पिन. ४४४ ३०३, मोबा. नं.९४२२२०००0७
प्रकाशित साहित्यसंपदा... प्रकाशनाच्या वाटेवर...
'मुक्ता' (निबंध संग्रह-२००५) 'हाफ तिकीट' (कथासंग्रह)
'उरला पाऊस आठवणीचा' (काव्यसंग्रह २०१०)
'आसवात भिजलेलं रान' (काव्यसंग्रह २०१३)
सहभाग... 'राष्ट्रीय परिसंवाद'
शोध निबंध प्रकाशित... विषय स्त्री-भ्रूणहत्या एक गंभीर, सामाजिक, राष्ट्रीय समस्या : कारण एवं उपाय; 'ताराबाई शिंदे' पुरस्कार; कै. नामदेवराव लोखंडे प्रतिष्ठान चिखली
'शाहीर अमर शेख' स्मृती पुरस्कार; महाराष्ट्र शाहीर परिषद पुणे-शाखा बुलढाणा.
'डॉ. बाबासाहेब आंबेडकर' वैचारीक लेखन पुरस्कार; अंकुर सार्वजनिक वाचनालय, चांदूर-अकोला.
'छत्रपती शिवराया राष्ट्रीय मानवी कल्याण' पुरस्कार; हयूमन वेलफेअर सोशल ऑर्गनायझेशन. जोगेश्वरी. मुंबई
'अक्षरवेल' पुरस्कार, अंकुर साहित्य संघ, अकोला.
'विंदा.' काव्य पुरस्कार, अंकुर सार्वजनिक वाचनालय, चांदूर जिल्हा अकोला. 'सन्मानपत्र'
कै. अशोक पाटील स्मृती राज्यस्तरीय काव्य स्पर्धा साहित्य आस्वाद मंच, म्हसावद जिल्हा-जळगाव खान्देश.
'सन्मानपत्र' कवी राम कदम फांऊंडेशन, कुऱ्हा काकेडा. जिल्हा जळगाव खान्देश.
पुरस्कृत निबंध:- 'प्रथम' राज्यस्तरीय निबंधस्पर्धा माळी युवक संघटना पातूर. जिल्हा

अकोला व 'प्रथम' राज्यस्तरीय निबंध स्पर्धा महात्मा जोतीबा फुले विश्वभारती गारगोटी कोल्हापूर.

काव्य... 'प्रथम' विदर्भस्तरीय निबंध स्पर्धा-भारतरत्न बाबासाहेब आंबेडकर जयंतीउत्सव समिती, बुलडाणा.

'द्वितीय' राज्यस्तरीय निबंध स्पर्धा-इंडियन बहुजन टीचर असोसिएशन. अहमदनगर

'द्वितीय' विभागीयस्तर निबंध स्पर्धा-इंजिनिअर्स असोसिएशन, खामगाव.

'तृतीय' राज्यस्तरीय काव्य स्पर्धा- विदर्भ साहित्य संघ शाख हिंगणा, जि-नागपूर.

'पहिले' राज्यस्तरीय साहित्य सम्मेलन, काव्यपुरस्कार, महाराष्ट्र राज्य कामगार साहित्य. मंडळ पुणे.

इतर माहिती:- प्रसिद्धी प्रमुख-रोटरी क्लब, बुलढाणा.; जिल्हा सचिव-अंकुर साहित्य संघ. बुलढाणा

सचिव खामगाव साहित्य संघ, खामगाव; आजीव सभासद- वि. सा. संघ, नागपूर.

साहित्य प्रकाशन :- दै. देशोन्नती., दै. लोकमत., दै. लोकशाही वार्ता., दै. तरुण भारत., दै. मातृभूमि., प्रकाशन.

'दिवाळी विशेषांक 'अंकुर', 'मुक्तछंद', 'राळेगाव समाचार', 'किशोर', 'दै. देशोन्नती', 'साहित्य मैफल'

साहित्य प्रकाशन. 'संगम संस्कृती', 'सिटी न्यूज सुपरफास्टर', 'प्रश्नकाल', 'पथप्रदीप', 'प्रवरेचे पाणी'